नितीन
प्र का श न

निवडक नाट्यस्वगते...५

सुप्रसिद्ध नाटकातील निवडक व प्रयोगक्षम स्वगते

संकलन/संपादक : डॉ. वि. भा. देशपांडे

किंमत : ₹ 250 /– फक्त

Price : ₹ 250 /- Only

नितीन
प्रकाशन
(१९६२ पासून)

संस्थापक
कै. वसंतराव गोगटे

नितीन प्रकाशन
१५२५ सदाशिव पेठ,
सुविधा-स्मिता अपार्टमेंट,
टिळक स्मारक मंदिर ते पेरूगेट रस्ता,
पुणे - ४११०३०.
✆ ७७४४००११४४
✉ info@nitinprakashan.com
Website :
Insta :
Facebook :

✍ **मुद्रक:**
नितीन प्रकाशन

✍ **मुद्रणस्थळ :**
श्री जे प्रिंटर्स प्रा. लि., पुणे - ३०.

✍ निवडक नाट्यस्वगते.... ५
Nivdak Natyaswagate...5

✍ **ISBN :** 978-81-8447-155-7

✍ **संकलन/संपादक :**
डॉ. वि. भा. देशपांडे

✍ **प्रथम आवृत्ती :**
२० एप्रिल २००९ (अक्षय्यतृतीया)

✍ तिसरी आवृत्ती : १६ जुलै २०००

✍ **पुनर्मुद्रण :**
* २४ जुलै २००२ (गुरूपौणिमा)
* **मार्गशीर्ष पौर्णिमा (दत्तजयंती)**
शके १९४४, ७ डिसेंबर २०२२

✍ किंमत : ₹**250**/-

संपादकीय भूमिका

मराठी नाट्यलेखनाचे जे अनेक विशेष आहेत त्यांमध्ये नाट्यस्वगते किंवा नाट्यमनोगते हा महत्त्वाचा विशेष आहे. ते एका अर्थाने मराठी नाटक आणि रंगभूमीचे वैभव आहे. नाटकात एखादा प्रवेश चालू असताना किंवा स्वतंत्रपणाने नाट्यगत पात्राच्या मनातले विचार भावना स्वगताच्या द्वारे व्यक्त होत असतात.स्वगत या शब्दामध्येच तो अर्थ सामावलेला आहे. त्या पात्राच्या मनातले गूज नाटककार आपल्यापर्यंत पोचवीत असतो. याचा अर्थ असा की, ते पात्र रंगमंचावर स्वगत म्हणत असताना तिथे शेजारी, आसपास उभ्या असणाऱ्या अन्य पात्रांना ते शब्द ऐकू येत नाहीत असे गृहीत धरायचे असते. मात्र ते शब्द समोर बसलेल्या शेकडो माणसांना व्यवस्थितपणाने ऐकू जात असतात. आधुनिक काळात प्रयोगतंत्र विकसित झाल्याने विशिष्ट प्रकाशयोजना करून ते स्वगत अधिक उठावदारही करता येते.

अनेकदा नेहमीच्या नाट्यसंवादांपेक्षा नाट्यस्वगताचा परिणाम खूप मोठ्या प्रमाणात होत असतो. म्हणूनच गद्य नाटकात काम करणाऱ्या कलावंतांना हे एक आव्हान असते. त्यावरून नटाची गुणवत्ता-श्रेष्ठता ठरवली जाते. जुन्या काळात पौराणिक, ऐतिहासिक आणि सामाजिक नाटकांत स्वगतांचे प्रमाण बऱ्यापैकी असे. ती संवादभाषा, नाट्यस्वगते पेलणारे कलाकारही होते. उत्तम स्वगते म्हणणारांची एक परंपराही गद्य नटांच्या संदर्भात आपल्याकडे आहे. नटश्रेष्ठ गणपतराव जोशी हे त्यातले अग्रणी मानले जातात. त्यानंतर नानासाहेब फाटक यांच्यापासून ते आधुनिक काळात डॉ. श्रीराम लागू, प्रभाकर पणशीकर, दत्ता भट, मधुकर तोरडमल, चित्तरंजन कोल्हटकर, विक्रम गोखले अशा अनेकांची नावे सांगता येतील. उत्तम स्वगत म्हणणे हे अभिमानाचे, गौरवाचे असते. वाचिक अभिनयाचा तो कलात्म आविष्कार करण्याची पद्धती यावर त्या कलाकाराचे मोठेपण ठरत असते. अशा अनेक कारणांसाठी नाट्यस्वगतांचे एखादे पुस्तक स्वतंत्रपणाने तयार करण्याचे ठरवले. मराठी नाटकात विशेषत: जुन्या नाटकात अनेक स्वगते आहेत, पण त्यातली निवडायची कशी असा प्रश्न निर्माण होतोच, त्याला उत्तर म्हणून हे पुस्तक उपयोगी पडणारे ठरेल. जसा एखाद्या स्वगत स्पर्धेला या निवडक नाट्यस्वगतांचा उपयोग होईल. तसाच ज्येष्ठ-श्रेष्ठ नाटककारांच्या भाषाविलासाचे,

प्रतिभासृष्टीचे आणि प्रतिभेचे रूप न्याहाळता येईल. एरवी सहजपणाने घरबसल्याही ह्या नाट्यस्वगतांचा आस्वाद-आनंद घेता येईल. तसेच वाचिक अभिनयाच्या सरावासाठी उत्तम उपयोग करता येईल.

काही वर्षांपूर्वी हा स्वगतांचा संग्रह प्रकाशित केला होता. आता ते पुस्तक उपलब्ध नाही. पहिल्यावेळी आनंद पुस्तक मंदिरचे श्री. गोगटे होते. दुर्दैवाने आता ते नाहीत. त्यांच्यानंतर त्यांच्या चिरंजीवांनी – नितीन गोगटे यांनी प्रकाशनाची आणि दुकानाची जबाबदारी स्वीकारल्यानंतर हे पुस्तक सुधारीत पद्धतीने प्रकाशित करायचे ठरवले. आता हे पुस्तक वर्तमान काळातल्या नाटकातील स्वगतांपर्यंत आणून ठेवले आहे. ते आपल्याला आवडेल असा विश्वास आहे. याचबरोबर निवडक नाट्यप्रवेशांचे चार भाग प्रकाशित केले आहेत. तेही आपल्या उपयोगाचे आहेत.

या पुस्तकाची अक्षरजुळणी शुभदा प्रिंटर्स, मुद्रक प्रकाश मुद्रणालय, उत्तम मुखपृष्ठ सजावट करणारे चित्रकार शाम देशपांडे, नितीन प्रकाशनचे नितीन गोगटे या सर्वांचे मन:पूर्वक आभार. ज्या नाटककारांनी उत्तम नाट्यस्वगते लिहिली त्यामुळेच हे पुस्तक संकलित/संपादित करणे शक्य झाले. त्या नाटककारांचे आभार मानण्यापेक्षा त्यांचा ऋणाईत राहतो.

१३ जून २००२

वि. भा. देशपांडे
'अकल्पित'
३९/७ पटवर्धन बाग,
एरंडवन, पुणे- ४११ ००४.
दूरभाष : ५४३४८६१.

अनुक्रमणिका

पौराणिक नाट्यस्वगते

ऐतिहासिक नाट्यस्वगते

सामाजिक / काल्पनिक नाट्यस्वगते

निवडक नाटयस्वगते...५

(या पुस्तकातील नाटस्वगतांचे नाटककार / वारस यांचे पत्ते)

१. कै. कृष्णाजी प्रभाकर खाडिलकर
वारस : श्री. नीलकंठ खाडिलकर
  १३, शेणवीवाडी, खाडिलकर रोड, गिरगाव मुंबई ४
(पूर्व परवानगीची आवश्यकता नाही)

२. कै. भा. वि. वरेरकर
वारस : सौ. माया चिटणीस
  राघववाडी, फ्रेंच ब्रिज, मुंबई- ७

३. कै. विष्णु वामन शिरवाडकर
वारस : कुसुमाग्रज प्रतिष्ठान, नाशिक

४. कै. वसंत कानेटकर
वारस : श्रीमती सिंधूताई कानेटकर
  'शिवाइ', शरणपूर रोड, नाशिक- २

५. कै. न. चिं. केळकर
वारस : श्री. का. न. केळकर
  प्रभात रोड, गल्ली नं. ४, डेक्कन जिमखाना, पुणे- ४

६. कै. वि. भा. औंधकर
वारस : ग. पां. परचुरे प्रकाशन मंदिर
  मेहता भवन, ३११ राजामोहन रॉय मार्ग, गिरगाव मुंबई- ४

७. कै. चि. त्र्यं. खानोलकर
वारस : श्रीमती खानोलकर
  ६ 'स्मृती', केदारनाथ रोड, मालाड (पूर्व) मुंबई- ६४

८. कै. राम गणेश गडकरी व कै. गो. ब. देवल
(पूर्व परवानगीची आवश्यकता नाही)

पौराणिक नाट्यस्वगते

१. कीचकवध / (कीचक)

कीचक : गप्प बसा भटुर्ड्यानो; तुम्हांला ह्या थोर श्रीमंतांच्या गोष्टी काय होत? ज्यांना दुसऱ्यांची आर्जवे करून, भिक्षा मागून, अन्नाचे दोन घास मिळवायचे असतात, त्यांनी पाहिजे तर अन्नाला डोक्यावर घेऊन नाचावे.– तुमचा जन्म अन्नाकरता आहे; आणि अन्नच काय, जगातील सुखोपभोगाचे सर्व पदार्थ मजकरिता आहेत.– ह्या अन्नाची मजपुढे प्रतिष्ठा काय? ज्याच्या बाहुबलाने राजे, महाराजे, अधिराजे, उत्पन्न होतात, हुकमाचे शब्द ज्यांच्या मुखातून निघण्याचा अवकाश की त्याबरोबर अभिषिक्त राजे, महाराजे, अधिराजे ह्यांना आपल्या वडिलोपार्जित सिंहासनावरून निमूटपणे खाली उतरावे लागते, नवीन राज्ये भरभराटीस आणणे आणि जुनी नावाजलेली लयास नेणे, ही ज्यांची रोजची सहज लीला, असल्या मजसारख्या वीरपुरुषांच्या पुढे विश्वातील सर्व सुखोपभोगाचे पदार्थ हात जोडून सेवेला तत्पर उभे राहिले पाहिजेत. सुदेष्णा महाराणीसाहेब, जबरदस्तीने इंद्राला स्वर्गातून हाकून लावून इंद्राणीला जवळ ओढून घेऊन स्वर्गाच्या सिंहासनावर बसण्याची माझी योग्यता असताही केवळ पूर्वपरंपरेला मान द्यावा म्हणून, आणि एकदा मी चुकून आपणास बहीण असे म्हटले ते खरे व्हावे म्हणून, मी त्रिगर्ताचा पराभव केला व मत्स्यदेशाच्या सिंहासनाचे पुनरुज्जीवन केले. विराटमहाराजांच्या आणि महाराणीसाहेब, आपल्या मस्तकावर मी पुन्हा राज्याभिषेक केला, आणि काल परवा भारतेश्वराकडून विराट महाराजांना अधिराज ही पदवी मी आणिली– याप्रमाणे चुकूनमाकून तोंडातून निघालेला शब्द मी खरा करून दाखवीत असता, एक य:कश्चित दासी मी मागावी, आणि तिला द्यायला तुमच्या जिवावर यावे; फार चांगली कृतज्ञता, फार चांगली कृतज्ञता!– अक्का माझी इच्छा आहे,–मी सांगतो, आमचा हुकूम आहे,– सैरंध्रीने हे ताट उचलून नेऊन, आम्हाकरता आपल्या कोमल हाताने दुसरे ताट वाढून आणले पाहिजे; आणि आमचा फराळ चालला असता आम्हाजवळ उभे राहून आम्हाला वारा घातला पाहिजे– कोठे आहे सैरंध्री?– सैरंध्री?– नाही येत? उठलो आम्ही तर मग!

◆ ◆ ◆

२. कीचकवध / (सैरंध्री)

सैरंध्री : रत्नप्रभाराणीसाहेब, सुदेष्णाबाईसाहेब, मस्त्यदेशात महापतिव्रता म्हणून आपली ख्याती आहे. मी सांप्रत गरीब स्थितीत असून दुर्दैवाच्या फेऱ्यात सापडले असले तरी. आपल्यासारख्या महासाध्वींचा मनापासून कित्ता गिरवावा अशी माझी इच्छा आहे. बाईसाहेब, मी आपले अनाथ लेकरू आहे असे समजा. रत्नप्रभाराणीसाहेब, माझ्या या बोलण्याने आपल्या पतीचा मनोभंग होईल, म्हणून आपण मनात विचार आणण्यापूर्वी मजसारखा प्रसंग पतिव्रता सुदेष्णाबाईसाहेबांवर जर आला तर त्यांच्या पतीच्या मनाला, आपले मानलेले भाऊ विराटमहाराज ह्यांच्या मनाला, किती दु:ख होईल ह्याची अगोदर कल्पना करा– सुदेष्णाबाईसाहेब, ह्या गरीब दासीला जो आपण हुकूम करीत आहा तशाच प्रकारची आज्ञा ऐकण्याची वेळ रत्नप्रभाराणीसाहेबांना जर आली तर पतिव्रता ह्या नात्याने त्यांच्या मनावर दु:खाच्या डागण्या कशा दिल्यासारख्या होतील, इकडे लक्ष द्या– आपण दोघी महासाध्वी व महापतिव्रता आहा. पातिव्रत्याच्या भंगापेक्षा मरणही कुलीन स्त्रियांना कसे बरे वाटते हे आपणाइतके जगात फार थोड्या स्त्रियांना समजते. म्हणूनच मी आपणापाशी पदर पसरून भीक मागते की, आपणासारख्याच दुसऱ्या एका पतिव्रतेला नाटकशाळा व्हावयास आपण सांगत आहा, ह्या गोष्टीकडे दुर्लक्ष करू नका; आणि पतिव्रता कुलीन स्त्री संकटात सापडलेल्या पतिव्रतेकडे ज्या दयार्द्र दृष्टीने पाहते त्याच दयार्द्र दृष्टीने मजकडे पाहा.– आपण मालक, मी चाकर, हे नाते उदार बुद्धीने क्षणभर विसरा; कुलीन बायकांची अब्रू कुलीन बायकांनीच होईल तितक्या तजविजीने सांभाळायची असते; ह्या स्त्रीजातीच्या सहजधर्माच्या आड आपण येऊ नका; आणि आपल्या या गरीब धर्मभगिनीच्या पातिव्रत्याचे रक्षण करा.

◆ ◆ ◆

३. सं. स्वयंवर / (रुक्मिणी)

(स्थळ : राजवाड्यासभोवारचा बाग, रुक्मिणी प्रवेश करिते.)

रुक्मिणी : त्यांचे दहन झाल्यावर ह्या लतांना नवीन पालवी का फुटावी? ह्या नव्या कळ्या फुलझाडावर कशा दिसाव्या? आम्रमंजरीचे सुगंधी द्रव्य वाहणारा वायू दिमाखाने का फिरू लागावा? ती मदनमूर्ती जळून खाक झाल्यावर हा वसंतकाळ कसा जिवंत राहिला?– काय म्हणता, मी त्यांच्या प्रेमाशी बेइमानी करून शिशुपालाच्या गळयात माळ घालीन म्हणून मजवर सूड उगविण्याकरिता तुम्ही पृथ्वीवर रेंगाळत आहा?– अथवा दुसरे कोणते कारण असणार? त्याच्या दहनाची वार्ता ऐकल्यावर मी जर मरून पडले नाही तर ह्या नव्या कळ्यांनी मला हसण्याकरिता का फुलू नये? आम्रमंजरीच्या उन्मत्त गंधाचे विष मला देण्याकरिता ह्या वायूने माझ्या सभोवती लपतछपत का फिरू नये? काळाच्या पोटात अग्निमुखाने ते जसे शिरले, त्याप्रमाणे मीही शिरते की नाही हे पाहण्याकरिता वसंताने– त्यांच्या मित्राने टेहळणी का करू नये?– करा, खुशाल माझा छळ करा. खरे खरे तुम्हांला सांगते मी जिवंत आहे, कारण तेही जिवंत आहेत असेच मला वाटते. (पडद्यात कोकिलरव) काय म्हटलेस कोकिले, माझ्याप्रमाणे तुलाही वाटते म्हणून तू आनंदाने गात आहेस? (पडद्यात कोकिलरव) तुझे हे गाणे म्हणजे आकाशवाणीच मी समजते, हो श्रीकृष्ण जिवंत आहेत– (पडद्यात कोकिलरव) आहेत, आहेत जिवंत आहेत, खरेच गडे ते जिवंत आहेत– (पडद्यात कोकिलरव) कोठे आहे म्हणून विचारतेस? वेडे , तुला जिवंत आहेत ते समजले आणि कोठे आहेत हे समजत नाही? तुला नाही समजले, पण मला माहीत आहे. कोठे आहेत ते– (पडद्यात कोकिलरव) सांगू म्हणतेस कृष्ण कोठे आहेत ते? ऐक तर–

पद- ३४ (राग-कलिंगडा, ताल-दीपचंदी, 'रात लढी' या चालीवर)

मम मनी कृष्णसखा रमला, नचरणी आप्तवधा सजला ॥ ध्रु०॥

नवल नाही, नच दृश्य इतरा झाला; दहन झाले; शिशुपाल समजे भोळा ॥ १ ॥

श्रीकृष्ण जळाला असे हे म्हणतात तरी कसे? श्रीकृष्ण येथे फुललेला मला दिसतो. श्रीकृष्ण माझ्या अंगाला स्पर्श करीत असून त्यांच्या अंगाचा सुगंधही मला येतो; श्रीकृष्णाच्या मुरलीचा मंजुळ ध्वनी मला ऐकू येतो, श्रीकृष्ण मग जळेल कसा? हं हं

बरोबर आहे. श्रीकृष्ण प्रत्यक्ष मदनच आहे, हे मला सांगण्याकरिता मदन-दहनाप्रमाणे श्रीकृष्ण-दहनाची कथा यांनी रचिली असावी! मदनाला शंकरांनी जाळले, पण प्रत्येक प्राण्याच्या– प्रत्येक वस्तूच्या मनाने– त्याला पुन्हा उत्पन्न केले; श्रीकृष्ण जळाला म्हणून तुम्ही सांगता, पण मी म्हणते, तो प्रत्येक मनाचा–प्रत्येक वस्तूचा– मालक झाला आहे. मदनाहून त्याची योग्यता अधिक. मदन मनात उत्पन्न होतो. ते मनावर अधिकार चालवितात. जो प्रत्येकाचा स्वामी झाला, तो मला सनाथ केल्याशिवाय कसा राहील? हो हो, झालेच मी सनाथ; ज्या वेळी श्रीकृष्ण जळाला म्हणून तुम्ही मला सांगितलेत त्याच वेळी मी सनाथ झाले.

पद ३५ (राग : सूरदासी मल्हार, ताल-त्रिवट. 'गरजत आ' चा चालीवर)

अनृतचि गोपाला मृत्यु आला, यश ना शिशुपाला ॥ धृ० ॥
कटु वार्ता ती ऐकता, हृदयी बोले सखा मज 'तुजला वरियल' ॥ १ ॥

फुलांनो, तुम्ही खुशाल फुला; श्रीकृष्णाच्या यशाच्या फैलावाशिवाय तुम्ही दुसरे तिसरे कोणते कार्य फुलून करणार? वायो, खुशाल वाहा; श्रीकृष्णाच्या गुणाशिवाय दुसरे द्रव्य तुझ्यापाशी कोणते असणार? कोकिळे, खुशाल गा, श्रीकृष्णाच्या लीलाच तू गाणार ना? ये वसंता, खुशाल ये; सर्व सृष्टी कृष्णमय झाली आहे; तेव्हा तूही कृष्णमयच असला पाहिजेस, आणि श्रीकृष्णाची आनंदाची बातमी तू सांगणार असला पाहिजेस.

४. सं. विद्याहरण / (देवयानी)

देवयानी :

राग मांड, ताल दादरा.

(''ल्हार म्हाने लियोर जलाले'' या चालीवर)

घाला घाली प्रेमावरि काळ, यम कापित कचकंठनाळ ॥ ध्रृ०॥
मी वंदु कुणाला, धाव पाव देवाधिदेवा धाव पाव! ॥ १ ॥
देवधर्म मला काव्यनाव, तुझा गेला ताता देवबाळ ॥ २ ॥

आज इतक्या वेळ बाबा ध्यानस्थ का? कचदेवांना मारून चांडाळांनी कोठे ठेविले, हे बाबांच्या दिव्य दृष्टीला कसे दिसले नाही?– युवराज, कचदेवांना आपण एकदा मारलेत, बाबांनी त्यांना जिवंत केले; मग पुन: पुन्हा तोच प्रकार का?- त्याच त्याच मर्माच्या जागी वारंवार घाव घातल्याने दु:खाच्या वेदना होण्याचे बाजूला राहून अंत:करण कठोर होते, आणि कोमल मनाची स्त्रीजात क्रूर बनते. ज्या संप्रदायात मी जन्मास आले, त्या संप्रदायाबद्दलचा माझ्या मनातील अभिमान नष्ट होऊन तो संप्रदाय संपुष्टात आलेला पाहण्याइतका निष्ठुरपणा युवराज, तुमच्या दुष्कृत्यामुळे या वेळी माझ्या अंगात संचार करीत आहे! स्त्रियांच्या शरीरात वास करणाऱ्या कोमल हृदयांनो, माझा हा उग्र कठोरपणा पाहून अखिल स्त्रीजातीला मी बट्टा लावते की काय, अशी भीती बाळगू नका– हा संताप बट्टा लावणारा नसून, स्त्रियांचे दिव्य प्रेम परमेश्वरी कार्याकडे खर्च करावयास शिकविणारा हा निर्भीड काटेकोर गुरू आहे! ऐका, नाजूक अबलांनो, ऐका, सदय साध्वींनो, ऐका. विधात्याने प्रारंभी सुंदर सुवासिक व कोमल फुले मात्र निर्माण केली, त्यावेळी सृष्टीत दुसरे तिसरे काही नव्हते. पण पुढे त्या फुलांची गर्दी इतकी झाली की, विश्वाचे आवारात न मावण्याइतका सौंदर्याला ऊत येऊन, सौंदर्याचेच फाजीलपणापासून कुरूपता जन्मास आली. सुवासाच्या अमर्याद भेसळीची दुर्गंधी झाली. आणि फुलांच्या पाकळ्यांनी एकमेकास स्वत:चे भाराखाली निर्दयतेने दडपल्यामुळे कठीण फत्तराचे ओझे पृथ्वीच्या पाठीवर पडले! स्वत:च्या सदिच्छेचा असा हा विपर्यास झालेला पाहून,

चांगल्याचा परिपाक वाईटात होऊ न देण्याची कामगिरी सांगून स्त्रियांच्या हृदयांना विधात्याने जगात सोडून दिले.

राग बागेश्री; ताल झपताल.

(''आता राम पाहि मना'' चालीवर)

आता राग देई मना शांततेला; वीर हा; असूर संहार झाला ॥ धृ०॥
कोप दुगेचि खरा दुर्बला जाहला, विजयदायक मला बंदी याला ॥ १ ॥

माझ्या बाबांचे संप्रदायात युवराजासारखे अधम खपले जाऊन देदीप्यमान दिसणाऱ्या त्या संप्रदायाच्याच पोटातून काळी कुळकुळीत नीच कृत्ये बाहेर पडू लागल्यामुळे त्या संप्रदायाची शक्ती आवरण्याकरिता स्त्री-प्रेमाच्या रूपाने माझ्या हृदयात परमेश्वर अवतीर्ण होऊन, युवराज, तुम्हालाच केवळ नव्हे, तर तुमच्या संप्रदायाला ह्या वेळी शापाने दग्ध करीत आहे!– बाबा, बाबा कचाच्या शवाचे तुकडे नीचांनी कोठे लपवून ठेविले याचा जर थांग लागत नसेल तर समाधीत प्रलयकाळाचा अग्नी उत्पन्न करून वृषपर्व्याचे घराणे माझ्या डोळ्यांसमोर प्रथम जाळा; आणि नंतर संजीवनी विद्येनेही कचदेव पुन्हा सजीव होणे शक्य नाही, असे मला– (शुक्राचार्य समाधीतून उठतो) असे आपण घाबरल्यासारखे का? असे कावरेबावरे का?- असे भयभीत का? कचदेव जिवंत होणे अशक्य हेच ना तुम्ही मला सांगणार?– नका, इतक्यात ते शब्द उच्चारू नका;–

◆ ◆ ◆

५. सत्त्वपरीक्षा / (तारामती)

तारामती : गुलामगिरी म्हणजे अब्रूला येणारा मृत्यूच होय. मृत्यूने पूर्वीची आठवण बुजते. पण गुलामगिरीमुळे पूर्वजन्मीच्या आठवणीसकट इहलोकच्या नरकात अब्रूला जन्म घ्यावा लागतो. या जन्माला मी का भ्यावे? सत्याच्या प्रकाशाने पवित्र झालेला हा देह देणे तसेच राहून जर पडला— आणि घाणेरड्या दहात— अंधाराच्या देहात खरोखरीच्या नरकात मला जर जन्मास यावे लागले— त्यापेक्षा सत्यनिष्ठेच्या जोरावर गुलामगिरीच्याही नरकातून पार निसटून जाणे काय वाईट? गुलामगिरीचा काळ! बेअब्रूचा काळ हा प्रसंग कोणाला आलेला नाही? ह्या गुलामगिरीने कोणाला गाठलेले नाही? सर्व सत्ता त्याच्या हातात एकवटली आहे. म्हणून ज्याच्याकडे लोक बोट दाखवितात तोच दैवाचा पुतळा सभोवारच्या प्रभावळीचा गुलाम असतो. मी माझ्या बुद्धिसामर्थ्याने सर्वांच्या शेंड्या हातात धरल्या म्हणून प्रौढी मिरविणारा स्वत:च्या धंद्याच्या चिमुकल्या शिशीत आपली बुद्धी गाडून ठेवतो. मेहनती व दक्ष आमचे आम्हीच ह्या शेखीने सर्व विश्वाला दणदणून सोडणारे हातपाय सेवेच्या शृंखलांनी जखडलेले असतात. रोहिदासा, ह्या सर्व कर्त्या पुरुषांना तरी स्वत:ची गुलामगिरी कोठे उमगते! सत्याचा अचल सूर ज्यांच्या कानांनी ऐकला आहे, सत्याचे निर्भेळ तेज ज्यांच्या डोळयांनी पाहिले आहे, सत्याचा सर्वव्यापी स्पर्श ज्यांच्या देहाला झालेला आहे, त्यांनाच गुलामगिरीची नाना— तऱ्हेची सोंगे ओळखता येतात. स्वातंत्र्याचे सोंग घेऊन वावरणारी बेअब्रू म्हणजे खून करण्यापूर्वी सत्याला दिलेली भूल होय; ही भूल अंगावर चढू न देता सत्याचरणाचे वेळी झोपी न जाता— पत्करलेला सेवाधर्म म्हणजे अंगावर चालून आलेल्या समुद्राचे लाटेला दुबळ्या मानवकुडीने पायाखालची जागा न सोडता अंगावरून देहाचे मळासकट वाहू देणे होय. मी माझा देह विकण्याकरिता आता गुलामांच्या चौकात जात नसून माहीत नसलेली पातके धुऊन टाकण्याकरिता धनाढ्यांची सेवादासी व्हायला जात आहे.

◆ ◆ ◆

६. कौंतेय/ (कर्ण)

(रात्रीचा मध्यकाल उलटून गेलेला आहे.कर्ण प्रवेश करतो. सभोवार झाडाझुडपांनी भरलेला वन्य प्रदेश असून सर्वत्र दाट काळोख आहे. आकाशात काही चांदण्या चमकताना दिसत आहेत. प्रक्षुब्ध मन:स्थितीत व संथ पावले टाकीत कर्ण प्रवेश करतो. अगतिकपणे क्षणभर उभा राहतो.)

कर्ण : अनादी कालापासून आकाशात तळपणाऱ्या हे नक्षत्रांनो, तुम्हांला रडता येत नाही का? परमेश्वराने तुम्हांला प्रकाशाप्रमाणं अंत:करणही दिलं असेल तर एका मानवाच्या दुर्दैवाचा हा भयानक विलास पाहून ते खचित द्रवल्याशिवाय राहणार नाही! माणसाच्या भविष्याचं दिग्दर्शन करण्याइतके तुम्ही त्याच्याशी समरस होत असता, मग त्यांच्या दु:खातही तुम्ही सहानुभूतीची साथ देणार नाही का? तुमचंही नशीब आकाशातील उच्च पदाशी जखडलेलं आहे. स्वत: अंधारात गुदमरत असताना, तुम्हांलाही सभोवारच्या जगावर प्रकाशाचं सिंचन करीत बसावं लागतं– आणि होय. विश्वाच्या पसाऱ्यात तेजाचा एवढा दिमाख मिरविणारे तुम्ही, पण तुमच्याही आईबापांचा पत्ता नाही! रडा, माझ्यासारखेच रडा! सगळी चराचर सृष्टी माझ्याबरोबर रडते आहे एवढं तरी समाधान मला मिळू द्या. कोणत्याही माणासाच्या छातीवर पडून स्वत:च्या यातनांची कहाणी त्याला सांगण्याची कर्णाला सवय नाही! या यातना तुमच्याशिवाय कुणाजवळ बोलून दाखवू? धरणीनं मला जन्म दिला. आणि आकाशानं माझ्यावर छत्रं धरलं. म्हणून वाटतं की, एखाद्या पर्वताच्या खांद्यावर मान टेकावी, आकाशाच्या पावलांवर मस्तक ठेवावं, नक्षत्रांच्या गळ्यात गळा घालावा. आणि अंतराळाचे सारे मजले भेदून पलीकडे ऐकू जाईल, असा हंबरडा फोडून, विश्वाच्या त्या नियंत्याला विचारावं की, का? का म्हणून कर्णाच्या आयुष्याचा असा चेंदामेंदा करीत आहेस? कर्णाची सहनशक्ती मोठी आहे, पण या सहनशक्तीच्या आज चिंध्या झाल्या आहेत!– काय म्हणालो मी? धरतीनं मला जन्म दिला आहे? नाही, मला कुंतीनं जन्म दिला आहे. माझी आई आज मला सापडली! जन्मापासून दुरावलेली माझी आई आज माझ्याकडे आली आणि सारं भावजीवन उद्‌ध्वस्त करून पुन्हा अंधारात निघून गेली. निघून गेली नाही. मी तिला घालवली, निदर्यपणानं हाकलून दिली! आयुष्यात प्रथमच

भेटीला आलेल्या आईचा मी अपमान केला, धिक्कार केला! हजारो याचक कर्णाच्या दाराशी आले आणि संतुष्ट होऊन माघारी गेले. परंतु प्रेमाचं दान मागण्यासाठी आलेल्या माझ्या आईला मात्र मी उन्मत्तपणानं अपमानित करून घराबाहेर हाकून लावलं! अगोदरच जखमी झालेल्या तिच्या हृदयावर मी अधम शिव्याशापांचे प्रहार केले! आई!आई − केवढा पापी गुन्हेगार आहे मी! जिच्या पावलांचा कानोसा घेण्यासाठी माझी सारी जीवनशक्ती कानात येऊन तिष्ठत होती. ती माझी आई समोर येऊन उभी राहिल्यावर एखाद्या रानटी जनावरासारखा मी तिच्यावर तुटून पडलो आणि रक्तबंबाळ करून तिला परत पाठविली! पांडवांच्या आईनंच कर्णाला जन्म दिला हे कर्णाचं दुर्दैव! त्याचं शासन कुंतीला कशाकरता! कुंतीनं तुझा त्याग केला! पण ती दुसरं काय करू शकत होती? नगरवेशीत उभं राहून तिनं सांगायला हवं होतं का की, हा माझा कुवारपणातील मुलगा आहे म्हणून! समाजानं बांधलेल्या आंधळ्या निष्ठांचे तट एका व्यक्तीला फोडता येत नाहीत. ओलांडता येत नाहीत.जे धैर्य कुणालाही दाखवता आलं नसतं ते कुंतीनं दाखवलं नाही म्हणून.तिचा तिरस्कार करायचा? कर्णाची अवहेलना झाली, पदोपदी अपमानाचे व उपेक्षेचे घाव त्याला छातीवर घ्यावे लागले, पण हे काय त्याचं एकट्याचं दुर्भाग्य आहे? ज्यांच्या बापांचा राजरोस पत्ता जगाला ठाऊक नाही, अशा शेकडो लोकांना दारिद्र्याच्या व उपेक्षेच्या गर्तेतून वाट काढताना ही सगळी संकटं सहन करावी लागतात!− पण आई अश्रू ढाळीत समोर उभी असताना हा विवेक तुला सुचला नाही. तिच्या पायांवर डोकं ठेऊन क्षमायाचना केल्याशिवाय, तिनं जे मागितलं नाही ते तिला दिल्याशिवाय, या अपराधाचं पापक्षालन होणार नाही.

७. कौंतेय/ (कर्ण)

कर्ण : (क्षणभराने) आई म्हणे!– आई! मातेसारखं दैवत नाही! आईच्या पदरासारखं भाग्य नाही. सर्वांत श्रेष्ठ प्रेम कोणाचं? आईचं! सर्वांत जिव्हाळ्याची माया कोणाची? आईची! आई! आई!! आई!!– या कल्पनांचे प्रचार करणारे पुराणिक आणि कवी सारे निर्बुद्ध स्त्रीलंपट असले पाहिजेत. त्याशिवाय मातृप्रेमाचे असे खोटे देव्हारे त्यांनी माजवले नसते! आई म्हणे! कोणाही पुरुषाचा सहवास मिळाला तर कोणतीही दीडदमडीची स्त्री आई होऊन जाते! काय गौरव आहे त्याचा! सारा खोट्यांचा बाजार! सारं ढोंग! अतुल मातृप्रेम! मातेचं अंत:करण? कोणत्या मूर्खांनी समाजाच्या मनात या असत्याची पेरणी करून ठेविली आहे? मूर्खांनी नव्हे धूर्तांनी! या धूर्त स्त्रियांनी! शरीरसुखाच्या उपभोगातून गाफिलपणे बाहेर पडलेल्या जीवांची वंचना करण्यासाठी पार्थिव लालसेला धार्मिक हेतूनं शृंगारण्यासाठी, मंचकावरच्या उघड्या–नागड्या भोगांवर खोट्या उदात्ततेचं आच्छादन घालण्यासाठी, या धूर्त स्त्रियांनीच मातृप्रेमाचा हा बडेजाव माजवला आहे! वासनेच्या बाजारात शरीर निकामी, कवडीमोल झाल्यावर म्हातारपणी अन्नाला मोताद होण्याची आपत्ती येऊ नये म्हणून ही मातृप्रेमाची कादंबरी स्त्रियांच्या मतलबी आणि कसबी अंत:करणातून बाहेर पडली आहे! आई! रस्त्यावरच्या कुत्र्यासुद्धा माता होतात. वारुळातल्या सर्पिणी माता होतात! कर्दमातील किडे-किटकांच्या माद्यासुद्धा माता होतात! त्यांच्या मस्तकावर कुणी मंगल मातृत्वाचे मुकुट चढविले नाहीत! मग माणसाच्या मादीनंच असं काय पुण्य केलं आहे की, तिला परमेश्वराच्या शेजारी नेऊन बसवावं! स्त्री ही पवित्र माता आहे म्हणे! कोणत्या स्त्रीलंपट जिभांनी हे निर्बुद्ध सुभाषितांचे ठोकळे निर्माण करून ठेवले आहेत! नाही- स्त्री ही मादी आहे! फक्त मादी-माणसांची-मादी आहे!

◆ ◆ ◆

८. भूमिकन्या सीता / (सीता)

सीता : रामराज्याची प्रतिष्ठा! रामराज्याच्या प्रतिष्ठेपेक्षाही स्त्रीजातीची प्रतिष्ठा अधिक महत्त्वाची वाटते मला! रामराज्य! कसलं हे रामराज्य! रामराज्य होतं ते त्या वनवासात. वैभवाची भलती प्रतिष्ठा नव्हती त्या वेळी. अधिकाराचा बडिवार नव्हता त्या वनवासात. ते नुसतं रामराज्य नव्हतं, ते सीतारामांचं राज्य होतं! ते सीतारामाचं राज्य होतं म्हणूनच ऋषिमुनींची तपश्चर्या निर्विघ्न झाली, ते सीतारामांचं राज्य होतं म्हणूनच दैत्यांचा संहार झाला, दुर्जनांचा नाश होऊन सज्जनांची प्रतिष्ठा प्रस्थापित झाली.रावणाचं साम्राज्य जाऊन बिभीषण लंकेचा राजा झाला, पृथ्वी निष्कंटक झाली ती सीतारामाचं राज्य होतं म्हणून. ह्या निष्कलंक सीतेला पुन्हा पुन्हा दिव्य करण्याचा प्रसंग येतोय हे रामराज्य आहे म्हणून– हे नरराज्य आहे म्हणून! स्त्रीजातीची ही मानखंडना ही भूमिकन्या केव्हाही सहन करणार नाही. राजा रामचंद्रा, मी दिव्य करते आहे, पण ते दिव्य माझ्या शुद्धीच्या प्रस्थापनेसाठी नव्हे! मी दिव्य करते आहे ते स्त्रीजातीच्या मानखंडनेचा विध्वंस करण्यासाठी. मला राज्य पाहिजे आहे ते सीतारामांचं. मला जगायचं आहे ते सीतारामांच्या राज्यात. पतितपावन म्हणून ज्याचा जयजयकार होतो आहे तो राम नव्हे, तो सीताराम आहे, त्या सीतारामाच्या राज्याच्या छत्राशिवाय हा जीव धरून ठेवणं अशक्य होतंय मला, म्हणून मी दिव्य करते आहे. रघुकुलोत्पन्न रामाशिवाय मी कुठल्याही पुरुषाचं चिंतनसुद्धा केलं नसेल, कायेनं, वाचेनं आणि मनानं जर मी रामाचीच आराधना केली असेल, तर ही विष्णुपत्नी– ही माझी माता– ही भूमाता आपल्या ह्या निष्कलंक कन्येला ह्या क्षणालाच ठाव देईल. भूमीतून आलेला हा आत्मा ह्या भूमीतच विराम पावेल. जय सीताराम!

(सीता खाली बसून जमिनीवर मस्तक टेकते. चोहोकडे अंधार होतो.)

◆ ◆ ◆

९. ययाती – देवयानी / (देवयानी)

देवयानी : म्हणे कचदेवावर तुझं प्रेम होतं! होय, होतं. पण आता ते प्रेम मी माझ्या अंत:करणातून, माझ्या जीवनातून, कस्पटासारखं दूर फेकून दिलं आहे, समजलीस? आणि तुझ्याविषयी त्यांच्या मनात उत्पन्न झालेल्या आपुलकीचं रूपांतर प्रेमात होऊ नये म्हणून तुलाही जन्माची दासी करून मी प्रतिष्ठानला घेऊन आले आहे. जे भाग्य माझ्या नशिबी नाही, ते तुझ्याही नाही. पण भाग्य तरी कसलं? कचदेव मोठे आहेत, फार मोठे आहेत. पण आकाशातली फुलं पृथ्वीवर माळता येत नाहीत. स्वत:च्या विचारात आणि जगाच्या कल्याणात मग्न होऊन राहणारी ही माणसं नवरे म्हणून निव्वळ नालायक! कसलं भाग्य त्यात? पुढं केलेला हात झिडकारून त्या ऋषिपुत्रानं माझ्यावर मोठा अनुग्रहच केला. दारिद्र्याच्या विषामध्ये परमार्थाचा मध मिसळला म्हणजे त्याचे घोट रुचकर लागतात हे खरं. पण अखेरी ते विषच. मनात आणि शरीरात चरत जाणारं, उपेक्षेच्या आणि अवहलनेच्या भट्टीमध्ये जीवन क्षणाक्षणानं जाळणारं. माझे बाबा एवढे दानवांचे राजगुरू– त्रैलोक्याला वंद्य असलेले तपस्वी–बृहस्पतीला मत्सर वाटावा असे विद्यावंत, पण त्यांच्या एकुलत्या एक लाडक्या मुलीचा अपमान करायला त्या गर्विष्ठ राजकन्येला क्षणभरही दिक्कत वाटली नाही. नाही– ज्ञानानं हातात कटोरा घेऊन भीक मागावी आणि अज्ञानानं सिंहासनावर बसून त्याचं पालनपोषण करण्याचा उदार आव आणावा– ही परंपरा कोणी तरी तोडायला हवी. मी तोडली आहे ती. दारिद्र्यानं आच्छादित होत नाही असा कोणताही सद्‌गुण या सृष्टीमध्ये नाही. कचदेवासारख्या महापुरुषांनादेखील देवयानीच्या सद्‌गुणापेक्षा शर्मिष्ठेच्या अलंकारांचा मोह अधिक वाटला असेल. अशा आशाळभूत ढोंगी माणसाचा दरिद्री संसार साजरा करण्यात कोणतं सुख– कसलं भाग्य? भाग्य हे आहे जे आज मला मिळालं आहे. प्रतिष्ठानच्या राजवाड्यात, ययाती महाराजांसारख्या थोर सम्राटाच्या सहवासात, स्वर्गीय ऐश्वर्याचं सोनेरी कमळ माझ्या भोवताली पाकळी पाकळीनं उमलतं आहे, हे भाग्य!

स्वर्ग मला सुभग आज धरतीवर गवसला
अमरासहि अजय असा राजमुकुट लाभला ॥
भुवनवीर पति नृपाल अतुल विभव बल विशाल
नंदनमय जीवनात कल्पवृक्ष बहरला ॥

◆ ◆ ◆

१०. मत्स्यगंधा / (देवव्रत)

देवव्रत : (त्याला सोडून देत व्यथित होऊन) माझ्याशी असत्य भाषण करण्याची तुझी हिंमत दिसत नाही. पण तुझी वाणी असत्य ठरती तर मला फार फार सुख झालं असतं. माझं तेवढं भाग्यही संपुष्टात आलेलं दिसतं. युवराजपदाची मला तमा नाही. पण– पण सौबलेश्वराचं पिशाच्च आता खदाखदा हसत मला हिणवीत माझ्यापुढं थयथया नाचू लागेल. (प्रक्षोभ आवरीत चंडोलास) जा, जा तुला अभय आहे. तुला अभय आहे चंडोला. देवव्रताला आता कोणी भिण्याचे कारण नाही. देवव्रताच्या सगळ्या शस्त्रांची धारच आज बोथट झाली आहे.

(चंडोल लगबगीने पसार होतो. देवव्रत आतल्या आत मुठी रक्ताळेपर्यंत आवळून घुमसून घुमसून बोलू लागतो.)

पित्याला पुत्रापाशी प्रगट करता येऊ नये असे शल्य? हेच, हेच ते लंपट शल्य! अठरा वर्षांचे कडकडीत वैराग्य वितळणारे हेच ते शापित शल्य. गंगेसारख्या तेजस्विनीसंगे केलेल्या संसाराचे सार संपले! अष्टवसूंचे भाग्यशाली पितृत्व मातीत मरगळून पडले. कुरुवंशाचे थोर सत्त्व चिखलात सरपटू लागले! या मानदंडाचे मस्तक तरी शुभ्र राहिले आहे का? या कैलासाच्या दृष्टीत तरी उमेचे तपस्येचे तेज उरले आहे का? प्रीतीच्या उदरात मला दिसतात विषारी नाग! भक्तीच्या डोळ्यात पडले आहे फूल! आणि निष्ठा तर ठरली वांझोटी! उरले आहे फक्त एकच– विश्वाला व्यापून राहणारे, वासनेत वळवळणारे शल्य! आकाशगंगेवर सप्तर्षींची दाटी झाली आहे आणि इथे मातीत मातले आहे फक्त एकच– वखवखलेले शल्य! मस्तकावर रूपेरी ध्वजा फडकली तरी हिरव्यागार मनाला समजूत नाही, समाधान नाही, तृप्ती नाही. सृष्टीचे व्यापारच पालटल्यासारखे दिसतात. काळ असा आलेला दिसतो की, यापुढे पुत्राने पित्याचे लग्न लावून द्यावे आणि मातापित्यांची मुले मांडीवर खेळवीत उर्वरित आयुष्य घालवावे! वृद्धांचे दोहद पुरविण्यासाठी कोवळ्या कुमारांनी वानप्रस्थाश्रम पत्करावा आणि कुमारिकांनी फुले वेचून मातापित्यांचे शय्यागार सजवावे (प्रक्षोभ अनावर होऊन) आई, गंगामाई! माते, तेही

केले असते. तुझ्यासारखे तेजस्विनीचे पाय या राजगृहाला लागले असते, तर हा देवव्रत बालकाच्या पावलांनी मातेच्या स्वागतासाठी धावला असता. पण ती-ती-ती धीवरकन्या माझी माता? नाही नाही, माते, माते सांग मी कोणती तपस्या करू म्हणजे या एका बुभुक्षित मनाला तरी मुक्ती मिळेल? सांग, मी कोणते दिव्य आचरू, म्हणजे भोग भोगून भकाळीला गेलेल्या या एका उपाशी पोटाची तरी भूक भागेल? माते, तुझ्या प्रसन्न प्रवाहात आकंठ बुडूनदेखील सम्राटांचा कंठशोष काही शमला नाही. सांग, आता कोणत्या बलिदानाला मी सिद्ध होऊ म्हणजे या त्यांच्या तृष्णेला तरी तृप्ती लाभेल! शल्य! शल्य! शल्य! अरेरे– सम्राट शंतनू एका धीवरकन्येच्या पायांशी! तर मग खचितच दैत्यांच्या दरबारात स्वर्गस्थ देवकन्यादेखील वारयोषिता म्हणून विकल्या गेल्या आहेत! (प्रक्षोभ अनावर होत देवव्रत एका शिलाखंडावर तळव्याने मुख झाकून मटकन बसतो)

११. माता द्रौपदी / (द्रौपदी)

द्रौपदी: तू कोण आहेस? कुणाचा दूत आहेस? (हसून) पण आजची रात्र प्रश्नांवाचून! मघाशी बोलू लागले, तेव्हा तू ओरडलास आणि माझं बोलणं तोडलंस. मी तेव्हा दचकले. कशी कोणास ठाऊक, पण दचकले. आता दचकणार नाही. उद्या! उद्याची पहाट वेगळी आहे. एखादा द्रष्टा ऋषी पहिली ऋचा उद्या गाईल, ती आमच्या जयाचीच असेल.उद्याचा सूर्य माझ्या पांडवांच्या साम्राज्यावर उगवणार आहे. त्याचे किरण पाहून लोक म्हणतील– या किरणांचं तेज माझ्या अर्जुनाच्या बाणांसारखं लखलखतं आहे! ब्राह्मण सूर्याबरोबरच माझ्या भीमाच्या पराक्रमालाही अर्घ्यदान करतील. एखादी आई, पाळण्याला झोके देता देता जे गाणं गुणगुणेल ते अभिमन्यूच्या आणि माझ्या मुलांच्या पराक्रमाचं असेल. एखादी स्त्री आपल्या कपाळावर कुंकू लावील ते माझ्या सतीत्वाची आठवण करून...(शांतपणे हसते. मागे वीणेचे ध्वनी)

लवकरच पांडवांची सम्राज्ञी म्हणून मी हस्तिनापुराला जाईन, जिथं माझी अब्रू घेण्याचा तो अधम प्रकार झाला ते सभागृह मी गंगेच्या पाण्यानं पवित्र करून घेईन, उजव्या बाजूला माझे पती! डाव्या बाजूला पाचीही मुलं! अन् माझ्या शेजारच्या सिंहासनावर धर्म! आणि मग पवित्र वेदमंत्राच्या घोषात, यज्ञाच्या ज्योतीला साक्ष ठेवून आमची राज्यसभा सुरू होईल, ती सभा सभा असेल, कारण त्यात तरुणांबरोबर वृद्ध असतील. ते वृद्ध वृद्ध असतील, कारण ते धर्म सांगतील तो धर्म धर्म असेल, कारण त्यात सत्यच असेल. ते सत्य सत्य असेल कारण त्यात कोणतेच कपट नसेल. आमचा विजय या सर्वांवर आधारलेला आहे. नाही तरी माता गांधारीच म्हणाली होती, जिकडे धर्म तिकडे जय. धर्म आमच्याकडे होता. म्हणून सत्य आमच्याकडे होते. पूर्वजन्मीच्या कर्माची पुण्याईही आमच्याकडेच होती, म्हणून आमचा हा जय... साधासुधा जय नाही... संपूर्ण जय! शंभरच्या शंभर कौरव मेले. पाचीच्या पाची पांडव जिवंत राहिले. गांधारीच्या सर्व मुलांची चिमूटचिमूट राख झाली. माझ्या पाचीही मुलांभोवती निरांजने फिरली. गांधारीचे नातू गेले– पणतू गेले. एक अंकुरसुद्धा राहिला नाही. पांचालांच्या वंशाची वेल जशीच्या तशी फुलांनी टवटवीत अन् अमर राहिली. भीष्मापासून अश्वत्थामापर्यंत कौरवांच्या सर्व सेनापतींचे टोप धुळीला मिळाले, माझ्या धृष्टद्युम्नाच्या मस्तकावरचा टोप पहिल्या दिवसापासून जसाच्या तसा झळकतो आहे.माझ्या विजयाचा उसळता पेला काठोकाठ भरलेला आहे. एक थेंब कमी नाही. स्त्री म्हणून माझ्या ओटीत भरलेलं माप ओसंडून पडलं. आई म्हणून माझी कूस धन्य झाली.

◆ ◆ ◆

ऐतिहासिक नाट्यस्वगते

१२. स. माधवराव यांचा मृत्यू / (माधवराव)

माधवराव : (पत्र वाचून) बाबासाहेबांनी सर्व गोष्टी उघड उघड लिहिल्या आहेत!– आता कसला संशय!– केशवशास्त्री त्यांच्या विश्वासातला मनुष्य, सर्व अंत:करण उघडे केले आहे.– ह्या मावशीची इतकेच नव्हे तर माझ्या खऱ्या सासूची आणि नानांची दोस्ती फार पूर्वीपासून. एकूण!– बाबासाहेब पुण्यात नकोत, बाबासाहेब पुण्यात नकोत,– आईसाहेबांना द्या खाजगी कारभार,– नाना, आता तुमची ही बोलणी मला चांगली समजली!– बाबासाहेबांना हाकून देऊन आपल्या पापी चैनीच्या मार्गातला काटा काढून टाकला म्हणून चोरांनी काय हे मंदिर शृंगारले आहे!– केवढा हा दीपोत्सव केला आहे!- काय जगाची विपरीत स्थिती ही!– हे धर्मस्थान आणि ह्याच्यावर पापाचा शृंगार व लखलखाट! मनुष्याच्या दु:खापासून देवांची व देवळांची उत्पत्ती आणि मनुष्याच्या पापाचा मुलामा त्यांच्या थाटामाटाच्या शिखरावर चढविलेला!– ज्या ठिकाणी सर्वांत भव्य देवालये व सर्वात उंच शिखरे असतील तेथले लोक अधिक पापी असे समजावे– परमेश्वरा, हा पापाचा चकचकणारा मुलामा तुझ्या मूर्तीवर व कळसावर नानांनी चढविलेला तुला खपतो ना? डामडौलाच्या पडद्याआड मोठ्या लोकांनी छपवून ठेवावयाच्या गोष्टी असतात, असेच नाना आज म्हणाले नव्हे! माझ्या लग्नाचा सोहळा नानांनी केवढा दिमाखाचा केला?– व्यभिचारप्रेमात उत्पन्न झालेली घाणीची घोरपड माझ्या गळ्यात बांधण्याकरिता तो सोहळा होता. तोरणे उभी केली, रस्तोरस्ती केशरांचे सडे घातले, हिंदुस्थानातील सर्व वैभव– शोभा पुण्यास एकवट केली– सोन्याने व जवाहिरांनी मढविलेल्या अंबारीचे शेकडो हत्ती बरोबर झुलत चालले आहेत अशी आमची थाटाची वरात काढली!– माधवा, वरात? नव्हे ती वरात, एखादा नीच मुत्सद्दी आपल्या पापाची घाण धन्याच्या अंगाला कशी सारवतो? ह्यांचे प्रदर्शन करण्याकरिता ती धिंड काढली होती धिंड-पेशव्यांच्या दरबारात भयंकर अपराधी शिक्षेवाचून कसा निसटतो, ते पाहून घेतल्यावाचून मी राहणार नाही.

◆ ◆ ◆

१३. स. माधवराव यांचा मृत्यू / (केशवशास्त्री)

(स्थळ : शनवारवाडा. केशवशास्त्री हातात पत्र घेऊन येतो.)

केशवशास्त्री : (स्वगत) कोण म्हणेल या पत्राला बनावट! प्रत्यक्ष बाबासाहेबांनी जर पत्र लिहिले तर ते एक वेळ त्यांच्या हातचे नव्हे असे ठरेल!—— शाबास, शास्त्रीबोवा, शाबास!!—राघोबादादांच्या पत्रात 'ध' चा 'मा' बनावट करून नायणरावाला मारणाऱ्या आनंदीबाईचे शिष्यत्व तुम्ही पत्करले,आता त्याचे सार्थक होणार!— एक शब्द त्या वेळी बनावट लिहिला— ह्या पत्राप्रमाणे जर सर्व बनावट असते, बाजीरावसाहेबांच्या ऐवजी हा माधव कैदी होऊन पडला असता!— आता पूर्वीची चूक दुरुस्त झाली! (पत्राला उद्देशून) देवांनी सागर मंथून काढलेले हलाहल विषदेखील इतके तीक्ष्ण नसेल! ज्याचा ताप अफाट समुद्रच सोसू शकतो, तो वडवानलही इतका प्रखर नसेल! आईसाहेब व नाना ह्यांच्या विषयी माधवच्या मनात असलेला आदर ही चिठ्ठी जाळून खाक करील!— वा! ठीक जुळले! नाना आणि गंगाबाई यांच्याविरुद्ध आनंदीबाईने पिकविलेल्या अफवेचा प्रभाव आता दाखविता येईल! परवा नागनाथाने 'नानाच्या वशिल्याचा' हे झोंबणारे शब्द उच्चारिले, पण गोळी लागली नाही; माझे हे कारस्थान साधल्यावर आनंदीबाईने वापरून वापरून प्रचारात आणलेले ते शब्द विषारी बाणाप्रमाणे माधवाच्या हृदयाचा भेद केल्यावाचून राहणार नाहीत— ही चिठ्ठी म्हणजे नानाच्या वाड्याला लागणारी मूर्तिमंत आग, शनवारवाड्याला चाटून जाणारा प्रत्यक्ष विजेचा घोळ, माधवाच्या शरीरातील सर्व रक्त तापविणारे रसरसलेले हे निखारे संधी साधून माधवाच्या डोक्यावर मी ठेवणार! मग बाजीरावसाहेबांस पेशव्यांच्या गादीवर बसण्यास उशीर न लागून दिवाणांची वस्त्रे माझ्या अंगावर पडलीच म्हणून समजावे. (माधवराव व यशोदा येतात) मी जाळे कल्पनेने पसरतो तो सावज आत अडकून पडण्यास कशी धडपडत येत आहेत पाहा!

◆　◆　◆

१४. भाऊबंदकी / (राघोबा)

राघोबा : तुझे हे मोहक रूप मला केव्हाच मोहून टाकते. आणि तू आताच्या प्रमाणे बोलू लागलीस म्हणजे भान नाहीसे होण्याला अवकाश लागत नाही. बाबांच्या किंवा आजोबांच्या संबंधाची एखादी गोष्ट आठवली म्हणजे बाबांची किंवा आजोबांची मूर्ती मघाशी आपोआप मनापुढे उभी राहत असे, पण आनंदी, तुझ्या गोड शब्दांनी मला इतके गुंगून टाकले आहे की, माझी पूर्वजांविषयीची स्मृतीच आता नाहीशी झाली आहे. मला ह्या वेळेला आजोबांचे नाव आठवत नाही, बाबांचे नाव नाही. माझ्या ह्या लाडक्या आनंदीचा मी पती ह्या एका आनंदात सर्व वस्तूंचा, सर्व विचारांचा सर्व स्मृतींचा लय होऊन मी स्वत: कोण, माझे नाव काय, हे ह्या वेळी आनंदी, तू मला विचारलेस तर तेही मला सांगता यावयाचे नाही, पेशवाईची वस्त्रे अंगावर घालून मी कसा दिसतो, हे त्या आरशाने मला दाखविले नाही, तर ह्या सौंदर्याच्या आरशात पाहू दे– मला ती तुझ्या डोळ्यांतील पेशव्यांची मूर्ती– किंवा अशीच खाली मान घालून लाजत उभी राहा. तुझ्या डोळ्यातील जादूगिरी तेजात बुडालेल्या पेशव्यास हुडकून काढण्याची ताकद माझ्या अंगी नाही– तुझ्या गालांच्या ह्या निर्मल लावण्याच्या आरशात मला माझे प्रतिबिंब पाहू दे– आनंदी, अशीच अधिक अधिक लाज– तुझ्या गालांवर नाचणारे माझे प्रतिबिंब लाजेच्या प्रत्येक लाल छटेबरोबर अधिक अधिक कोवळे दिसू लागले आहे! आनंदी, तो आरसा वर घे आणि तुझ्या गालांवर दिसणारे माझे कोमल व नाजूक राघो भरारी पुन्हा पाहावयास तुला मिळणार नाही.

◆ ◆ ◆

१५. राजसंन्यास / (संभाजी)

(स्थळ : तुळापूरची मोगल छावणी– तुरुंग. **पात्र :** मांडी घालून पायावर हात टाकून बसलेले संभाजीमहाराज. भोवती साधारण अंधार.)

संभाजी : (स्वगत) मरणाचा कोणाला अनुभव नाही म्हणून; पण माझी ही स्थिती म्हणजेच मरण असेल का? काही दिसत नाही काही भासत नाही. विखारलेले मस्तक सुन्न झाल्यामुळे काही सुचत नाही. आठवत नाही. कळत नाही! जीव जड झाला आहे आणि शरीर हलके वारेमोल झाले आहे. मी जमिनीशी खिळून बसलो आहे, की वाऱ्यावर वावरतो आहे हेच मला उमजत नाही! अरेरे, हे काय झाले! मराठ्यांचा राजा मोऱ्यांचा कैदी झाला, वाघाची गरीब गाय झाली. मर्दाचा मातीमोल मुडदा झाला, होत्याचे नव्हते झाले! आता काय व्हायचे राहिले आहे? हो, या जित्या मरणाची जाळती जाणीव अजून बाकी आहे! मेल्या माणसात आणि जीवन्मृतात एवढी तफावत असते की, मेलेल्या माणसाला आपण जिवंत असूनही मेल्यासारखेच आहोत अशी जहरी जाणीव मुळीच नसते. मरण नाही, ही मरणाहूनही भयाण, अजून कोणाच्याही अनुभवाला आलेली नाही अशी– मरणानंतरची जीवदशा आहे. मग सर्वस्वाचा विसर पाडणाऱ्या मरणाने माझ्या जीविताचा सुखी शेवट व्हायचा चुकून तसाच राहिला का? सुखाचे मरण तर नाहीच. पण मरणाचे सुखही या कमनशीब संभाजीला पारखे झाले का? (मोठ्याने) क्रूर, कठोर काळा, ये क्षणभर देवाहून दयाळू होऊन ये आणि माझ्या गळ्यात आपला बळकट बाहुपाश घाल!

◆ ◆ ◆

१६. राजसंन्यास / (संभाजी)

संभाजी : साबाजी, आबासाहेब अजून माझ्याकडे रागाच्या नजरेने पाहत आहेत. त्या रागाने मी जळून जाईन, अशी मला भीती वाटते. साबाजी, मला सांभाळून घे. साबाजी, आबांना पुन्हा आठवण करून दे, त्यांनीच तुला सांगितले होते ना– आबांना म्हणावे, शंभूबाळ अजून हूड आहे; त्याच्याकडे असे रागाने पाहू नका. आबासाहेब, आपण असे रागाने पाहू लागला म्हणजे आपल्या या लाडक्या शंभूबाळाने तोंड कुठे लपवावे? मी काय करू? आबासाहेब अजून तरी माझ्या बाळबुद्धीला रस्ता दाखवा. आपल्यासारख्या लोकोत्तर अवताराला सद्गुरू रामदासांचा उपदेश घ्यावासा वाटला. तर मग या चुकलेल्या बाळाला– साबाजी, ती पहा श्रीसमर्थांची भव्य मूर्ती! साऱ्या राज्याच्या सनदा काढून आबांनी समर्थांच्या झोळीत टाकल्या. राजाने बैराग्याला भीक घातली. साबाजी खरा शिष्य, खरा सद्गुरू! हाच राजसंन्यास! एकाचा राजसंन्यास, दुसऱ्याचा योगसंन्यास! दोघांतून मोठा कोण? (एकदम) साबाजी, लहान तोंडी मोठा घास घेतला. आबासाहेब, आता अजून रागाच्या नजरेने पाहण्याचे काही कारण नाही. अशा राजसंन्यासात मला दर्शन देण्याचा आपला हेतू समजला. माझ्या अयोग्य मस्तकावर आपला जिरेटोप अजून आहे. त्याचा मी अजून संन्यास केला नाही– थांबा, आबासाहेब, पहा संभाजीवर सूड घेण्यासाठी तळमळणाऱ्या जीवात्म्यांनो, क्षणभर शांत व्हा. साबाजी. तुमच्या चरणी प्रत्यक्ष शिवछत्रपतींनी मस्तक ठेविले आहे. श्रीसमर्थांच्या साक्षीने आबासाहेबांच्या डोळ्यांदेखत मराठेशाहीचा हा जिरेटोप, साबाजी, छत्रपतींच्या मस्तकस्पर्शाने पवित्र झालेल्या तुमच्या तीर्थस्वरूप चरणी अर्पण करीत आहे. हा नेऊन, माझ्या धाकट्या भावाच्या– सोयराबाईसाहेब, ऐका– आईसाहेबांच्या राजारामाच्या– उद्याच्या तुमच्या श्रीराजाराममहाराजांच्या– मस्तकावर ठेवा. शंभूदादाचा राजाबाळाला आशीर्वाद सांगा. महाराष्ट्राच्या महाराजाला या कमनशीब मराठ्यांचा रामराम सांगा. उद्याच्या उगवत्या सूर्याला या मावळत्या सूर्याची किरणे नेऊन पोहोचवा, आणि रायगडच्या जुन्या राजाची नव्या राजाला शेवटची एवढीच वाणी ऐकवा की, राजा म्हणजे जगाचा उपभोगशून्य स्वामी! राज्य– उपभोग म्हणजे राजसंन्यास!

नाविष्णु : पृथिवीपतिः!

(जिरेटोप त्याच्या पायांवर ठेवतो. पडदा पडतो.)

◆ ◆ ◆

१७. तोतयाचे बंड / (बगंभट)

(**स्थळ :** खोपवली येथील तळ्यावरील देऊळ)

(बगंभट प्रवेश करतो.)

बगंभट : आधी जाते बुद्धी आणि मग जातं भांडवल! मला कुणी सांगितला होता हा नसता उपद्व्याप! आयता शनवारवाड्यात सुखात होतो. देवघरापुरता गडबडगुंडा केला दोन वेळ की, खाशांच्या पंक्तीला चमचमीत जेवण आणि दोन प्रहरी यथेच्छ वामकुक्षी. मिळकतीलाही कमी नव्हतं! श्रीमंत भोळी आणि संकटात सापडलेली अशी यजमाणीन म्हणजे आश्रिताच्या हाती ती एक न ओसरणारी गंगाजळीच! नवऱ्याचा शोध लागायला अमुक एक करावं, असं पार्वतीबाईसाहेबांना सुचविण्याचा अवकाश! की ओतलेच रुपये पदरात! येवढे नाना फडणीस काटकसरी—कंजूष! थोरले माधवरावसाहेब पेशवे एक वेळ स्वारीवर गेले. तेव्हा श्रीमंत रमाबाईसाहेबांच्याकडचा विड्याच्या पानांचा रतीब यांनी तोडला असं सांगतात! पण जिवंत नवऱ्याच्या सौभाग्यासंपन्न धनिणीला ज्यांनी इतकी काटकसर भासविली तेच नाना फडणीस, धडधडीत मेलेल्या नवऱ्याच्या संशयी विधवेच्या मनाला दु:ख होऊ नये म्हणून, सौभाग्यलंकारांची लयलूट करण्याला हजारो रुपये खर्चायला हू की चू करीत नाहीत; आणि काय खर्च झाला म्हणून कधी हिशेबही मागत नाहीत! पानपतच्या मैदानावर दक्षिणी पुरुषांचं शंभर डोह रक्त सांडलं असेल, आणि या एकट्या उदार स्त्रीनं सौभाग्यवायनं देता देता शंभर डोह भरतील इतकं कुंकू वाटलं असेल,मंगळसूत्रं तर माझ्या मार्फत इतकी वाटली— म्हणजे इतक्या मंगळसूत्रांची उदकं सुटली की, ती एकापुढं एक लावली तर काबूल कंदाहारपासून पुण्यापर्यंत अखंड माळ होईल. लुगडी तर इतकी वाटली की, पुणे शहराला लुगड्यांचा एक चौफेर कोटच झाला असता! असल्या उधळपट्टीच्या समुद्रात नित्य बुडी मारण्याचं सोडून मी इकडे तोतयाकडे आलो, त्यात मला काय मिळणार? काय मिळणार हे दिसतंच आहे! काल या बोरघाटात आल्यापासून चौकी-पहारे, तोफा-बंदुका, स्वार-शिलेदार बर्च्या-भाले यांशिवाय काही दिसेल तर शपथ! लवकरच एक दोन दिवसांत लढाई जुंपणार असं दिसतं! आतापर्यंत कसा तरी धड अंगानं राहिलो आहे. पण जर का यांच्या

लढाईच्या गोंधळात आणि कटकटीत सापडलो तर चांदी आटल्याशिवाय राहायची नाही. कारण इथं मला आधी ब्राह्मण म्हणून ओळखणार कोण? आणि ओळखलं तरी मारायला हात मागं घेणार कोण? नको रे बुवा तो लढाईचा प्रसंग! देवघरात बसून बाईसाहेबांना पुराण सांगताना मी कौरवपांडवांचं किंवा वानरराक्षसांचं युद्ध मोठ्या आवेशानं खुलवून सांगत होतो खरा, पण जिकडे तिकडे सैन्याचे हे तळ पडलेले पाहून मला तर कापरंच भरलं. शिव शिव शिव! कसा हा मी आपल्या हातानं घात करून घेतला! (तोंडात मारून घेतो) मला तर वाटतं की, आल्या पावली परत जावं पण परत जाऊन बाईसाहेबांना काय सांगावं! काही सुचत नाही.

१८. तोतयाचे बंड / (नाना फडणीस)

(**स्थळ :** पुणे. नाना फडणीसाचा वाडा, नाना फडणीस दिवाणखान्यात बसले आहेत.)

नाना : काय रे सदू, पालखी दारात तयार आहे का पाहून ये. (सदू जातो) पार्वतीबाईच्या संबंधानं मन फिरून संशयग्रस्त होतं. काय करावं? 'मला तोतया दाखवून इतके दिवस निकाल करून का घेतला नाहीत?' ह्या त्यांच्या तक्रारीला मला काहीच उत्तर देता येईना! माझं कारण काही असो, पण तशी गोष्ट झाली खरी.पार्वतीबाईसाहेब नवऱ्याच्या दु:खानं अर्धवेड्या झाल्या आहेत, ही गोष्ट काही खोटी नाही. पण कालच पाहा ना, त्या माझ्याशी इतक्या सावधचित्तपणे आणि मुद्देसूद रीतीनं बोलल्या की, त्यात वेडाचा मागमूसही नव्हता! बरं, बाई सावध आहे असं समजून तिच्या नजरेला तोतया घातला, आणि समजा की, कदाचित ती 'हेच सदाशिवरावभाऊ' म्हणून म्हणाली, तर मग? धडधडीत खोट्यावर खऱ्याचा वज्रलेपच बसल्यासारखा व्हायचा! आणि मग त्या फजितीला आणि विटंबनेला पारावारही राहायचा नाही. हो, काय सांगावं, कोणत्या वेळेचा गुण कसा असतो तो? तोतया पाहताच पहिल्या उमाळ्याच्या भरात बाईनं 'हेच भाऊसाहेब' असं म्हटलं म्हणजे ते खोटं असलं तरी खरं करण्याचा तिला मोह पडायचा! पेशवाईच्या राज्याची अब्रू माझ्या हातीच आहे, पण पेशव्यांच्या घराण्याच्या अब्रूला त्यांच्या राज्याच्या अब्रूहून मला अधिक जपायला पाहिजे. भाऊसाहेबांच्या चुकीमुळं झालेली हानी माधवरावसाहेबांनी निम्मीशिम्मी भरून काढलीच आहे आणि उरलेली आम्ही लवकरच मागंपुढं भरून काढू असा रंगही आहे. पण भाऊसाहेबांच्या बायकोच्या चुकीमुळं जर का घराण्याची अब्रू गेली, तर ती मात्र भरून काढण्याचं सामर्थ्य प्रत्यक्ष ईश्वरालाही नाही. बरं, पूर्वी बाईला मी वचन तरी दिलं नव्हतं तोतया दृष्टीस घालण्याचं. कालच्या गाठीत कबूल करून चुकलो आहे. म्हणजे समजा, उद्या लढाईत तोतयाला आमच्या सरदारांनी पाडाव करून आणलं आणि माझ्या वचनाप्रमाणं त्यांच्या नजरेस तोतया घातला आणि त्या भेटीत 'हेच खरे' म्हणून बाईच्या तोंडून शब्द गेला तर कोण गोंधळ होईल! कल्पनाही करवत नाही! मला तर तोंड काळे करून पुण्यातून निघून गेल्याशिवाय किंवा हिरकणी खाऊन प्राण दिल्याशिवाय गत्यंतर नाही! शिव! शिव! कोण बिनतोड प्रसंग हा!

◆ ◆ ◆

१९. बेबंदशाही / (संभाजी)

(**स्थळ :** बादशाही छावणीतील एक तंबू **पात्रे :** हातापायात बेड्या आहेत असे संभाजीराजे)

संभाजी : सृष्टीची उलथापालथ झाली नाही ना? मुंग्यांनी मेरुपर्वत गिळला नाही ना? वडवानलाने समुद्र तर जाळला नाही ना? मग आम्हीच असे कमनशिबी कसे– की समशेरीचे शिकंदर निपजून नालायकांची गत कपाळी यावी! राजकारणाच्या दर्यातला हा सीधा दर्यावर्दी असा बेअब्रूने रसातळाला का जावा! ह्या मायावी जगात विजयी चारित्र्य, सुखाचा मृत्यू लाभणे सीधेपणापेक्षा भाग्यावर अवलंबून असेल का? जिवा, का तळमळतोस आता? मनाचा मानी, माथ्याचा संतापी, क्रूर कर्दनकाळ तू! तब्येतीने सीधा असलास तरी अकलेने आडदांड निपजलास! माणसांची पारख चुकलास! संगतीची निवड हुकलास! भले भरडलेस, खोटे कंठी धरलेस! कालचक्राला क्षमा मंजूर नाही. देहान्ताची सजा तुला फर्मावली जात आहे, मर; धर्मांतर नको असेल तर दुश्मनांच्या दारी कुत्र्याच्या मौतीने मर! ही पहा तुझ्या गुन्ह्यांची मालिका! आबासाहेबांच्या खांद्याला खांदा लावून लढलेले, दौलतीसाठी मोलाच्या हयाती वेचलेले नाहक ज्या थोरांचे मुडदे गाडलेस त्या सर्वांची रक्तबंबाळ प्रेते ही तुझ्यापुढे आता गोळा होऊ लागली. पहा! हे अण्णाजी दत्तो, रागारागाने इंगळाच्या डोळ्यांनी तुझ्याकडे पाहत आहेत. खुनशी शिर्क्यांची ही कबंधे करकरून सूडाच्या मुठी वळीत आहेत! मस्त हत्तीच्या पायाखाली चिरडलेले बाळाजी आवजी, 'राजा, आबासाहेबांनी समुद्रमंथनाच्या सायासांनी एकत्र केलेल्या नवरत्नांची अशी धूळधाण करतो आहेस खरा, पण धाई धाई रडावे लागेल' म्हणून बजावीत आहेत. ह्या पहा! भिंतीत चिणून मारलेल्या तुझ्या सावत्र मातेच्या करुण किंकाळ्या! आहाहाहा! नका; नका, आईसाहेब आणखी आता अशा तळतळाटाने मनगटे चावू नका! संभाजी नालायक ठरला! अन्नपाण्यावाचून आपला जीव घेणारा संभाजी, आता जिवंत राहत नाही? वैऱ्यांनी लोहशृंखलांनी बद्ध केलेला संभाजी, विश्वासघाताच्या गळफासात गर्दन गवसलेला संभाजी, आतड्यांच्या तारा पिळवटून

देवाजवळ आता एवढीच याचना करतो आहे– की देवा, मला आता मरण द्याल तर ते तरी मानाचे द्या! थोराचे द्या. मराठ्यांचा राजाला शोभेशा मरणाने तरी संभाजीला मरू द्या! धर्माकरिता प्राणांची आहुती देऊ द्या! अरेरे! काय अवस्था झाली ही? पोरवयात हूडपणाने वडिलांच्या वात्सल्याला मुकलो, थोर वयात शाळूसोबत्यांच्या संगतीने जिवलगांच्या गाठीभेटींना चुकलो, भरतासारखा भाऊ सतत नऊ वर्षे कैदेत कोंडला; खाशांना उपरती झाल्याविना राहणार नाही, अशी आयुष्यभर आशा करीत बसलेली जिवाची राजलक्ष्मी लाथाडली! खंडोजीसारखा स्वामिभक्त–प्रत्यक्ष त्याच्या वडिलांचा जीव घेणाऱ्या धन्याशीही स्वामिनिष्ठ राहणारा खंडोजी–खंडोजी! (खंडोजी येतो) काय, खरोखरीच खंडोजी आला?

२०. दुसरा पेशवा / (बाजीराव)

(बुंदेलखंडातील बाजीरावाची छावणी. मध्यरात्रीची वेळ होऊन गेलेली आहे. बाजीराव आपल्या डेऱ्यामध्ये एकटाच आहे. डेऱ्यामधील दिवे मालवण्यात आलेले असल्यामुळे आत अंधार पडलेला आहे. बाजीराव नुकताच बाहेरून आपल्या डेऱ्यामध्ये झोपण्यासाठी आलेला आहे असे त्याच्या हालचालीवरून दिसते. अंगावर मुसलमानी पद्धतीचा, घरगुती, साधा पेहराव आहे.

डेऱ्यामध्ये एका बाजूला एक झोपायचा पलंग, मध्यभागी पेशवाई पद्धतीची बैठक आणि या बैठकीच्या जवळपास दोन कोच आहेत. पडदा उघडतो त्या वेळी बाजीराव कोचावर बसलेला असतो. क्षणभराने तो उठतो आणि कनातीजवळ जाऊन प्रवेशद्वाराजवळचा पडदा दूर सारून बाहेर बघतो. दूरवर काही मशाली – दिवट्यांचा प्रकाश आणि अंधाऱ्या आकाशाचा भाग दिसतो, क्षणभर तो देखावा पाहून बाजीराव पुन्हा पडदा सारतो आणि आत येतो.)

बाजीराव : नृत्यांगनांच्या पायांतील नूपुरांची रुणझुण संपली, सारंगीच्या स्वरांना बिलगणारी मंजुळ रागदारी विरून गेली. प्रकाशांची फुलं उधळणारे बिलवरी दिवे मालवले गेले आणि बाजीराव पेशव्यांच्या भोवती या दाट एकान्तानं, या नि:शब्द शांततेनं, या गाढ अंधारानं वेढा घातला! उत्साहाच्या पाठोपाठ येणारी ही अकारण उदासीनता, विजयाच्या पावलावर पाऊल टाकून येणारा हा अंत:करणाचा पराभव!– पण माझ्यासारख्या मानवाची काय कथा? प्रत्यक्ष परमेश्वरानं ज्यांचा सांभाळ केला त्या पांडवांचीसुद्धा विजयानंतर येणाऱ्या या अकारण उदासीनतेपासून, या अंत:करणाच्या पराभवापासून मुक्तता झाली नाही! दिवसाच्या मागून येणारी ही रात्र आणि जीवनाच्या मागून मृत्यू – किती सारखेपणा आहे त्यांत– दिवसांचे क्षण रात्रीकडे आणि आयुष्याचे दिवस मरणाकडे अखंडपणानं वाहत असतात. मृत्यू! विराट वटवृक्षाप्रमाणं ही दोन अक्षरं साऱ्या मानवी संसारावर आपल्या अनंत फांद्यांची, पारंब्यांची काळी छाया पसरून उभी आहे... पण बाजीरावाला मृत्यूची कदर का वाटावी? जीवनाच्या सरहद्दीवर जाऊन मृत्यूशी व्यापार करणारे सौदागर आम्ही! बाजीराव पेशव्यानं केवळ आचारानंच नव्हे, तर विचारांनसुद्धा आपल्या सहकारी सैनिकांशी समरस झालं पाहिजे. या डेऱ्याच्या

भोवती, नाचरंगानंतर झोपी गेलेले, आवडत्या लावण्यांचे चरण तारस्वरानं आळवणारे, शेकडो कोस दूर राहिलेल्या मराठी मुलुखातील माणसांची आठवण करीत राहुट्यांत पहुडणारे हे माझे सहस्त्रावधी सहकारी,– जीवनाच्या आनंदानं ते इतके धुंद झाले आहेत की, त्यांना मृत्यूचं स्मरण नाही आणि मृत्यूची भीतीही नाही. बाजीराव पेशवा हा जीवनाची चिकित्सा करणारा तत्त्ववेत्ता नाही, तर जीवनाचा उपभोग घेणाऱ्या आणि जीवन समृद्ध करणाऱ्या सैनिकांचा तो सेनापती आहे! आणि म्हणूनच हा मद्याचा पेला!– (एका तिपाईवर असलेल्या सुरईतून पेला भरून पिऊ लागतो.) साऱ्या सज्जनांनी अव्हेरलेला, साऱ्या धर्मांनी धिक्कारलेला, हा मद्याचा पेला! जे जन्मापासून गुलाम आहेत, जित आहेत, त्यांना या चिमुकल्या पेल्याची भीती! बाजीराव पेशवा जेता आहे. त्याला हा पेला जिंकू शकणार नाही! अंत:करणावरील एकाकीपणाचा भार कमी करणारा, श्रमलेल्या शरीराला विश्रांती देणारा, हा एक क्षुद्र चाकर आहे. आणि तो क्षुद्र चाकरच राहील! छत्रपतींच्या या पंतप्रधानाला कोणीच जिंकू शकणार नाही...! नाही, हे खरं नाही, आज छत्रसालाच्या दरबारात नृत्यगायन करणारी ती सुकुमार कंचनी! बंगशाचा पराभव केल्याबद्दल पेशव्यांचा गौरव करण्यासाठी छत्रसालनं उत्सव केला; पण या उत्सवात एका कंचनीकडून त्यांनी खुद्द पेशव्याचाही पराभव केला! (पेला दूर ठेवून कोचावर बसतो) इंद्रनीलासारखे नेत्र आणि चांदण्यासारखी नजर असलेली, उष:कालच्या दवासारखी कोमल, साऱ्या सुंदर, सुगंधी फुलांच्या संमेलनाप्रमाणं– (ते सुंदर चित्र समोर उभे करण्याकरताच की काय डोळे मिटून कोचाच्या पाठीवर मान टेकतो.)

◆ ◆ ◆

२१. दुसरा पेशवा / (बाजीराव)

बाजीराव : एकान्त मिळावा म्हणून मी सगळ्यांना जायला सांगितलं; पण हा एकान्त, अंत:करणाचा हा एकटेपणाच माझं जीवन कोरून काढीत आहे! सरदारांच्या गर्दीत सचेत राहणारा, सैनिकांच्या समुदायात वावरणारा, आप्तमित्रांनी वेढलेला महाराष्ट्राचा हा पंतप्रधान आज एकटा, अगदी एकटा पडला आहे! पर्वताचा एखादा सुळका इतर शिखरांना मागे सारून आकाशात उंच जातो; पण त्या उंचीबरोबरच, त्या श्रेष्ठतेबरोबरच, त्या भकास निळ्या पोकळीतील एकाकीपणा त्याला सहन करावा लागतो! हा एकाकीपणा म्हणजे मरणाच्या आगमनाची पहिली चाहूल आहे. काळपुरुषाची ही सावली आहे... संपलं, सारं काही संपलं! जीवन या नावानं ओळखलं जाणारं, सुखदु:खांनी भरलेलं, हे मधुर आणि कठोर स्वप्न समाप्त झालं! विश्रांती न घेता मारलेल्या दूरवरच्या मजला, निष्ठावंत सैनिकांचा सहवास, घरातल्या माणसांचं निस्वार्थी प्रेम, स्त्रियांच्या मखमली शरीराचा उन्मादक स्पर्श... दिवसभर फुललेल्या कमलाच्या या कोमल पाकळ्या आता मिटू लागल्या! दूरवर राहिलेल्या माझ्या प्रिय पुण्यशील, महाराष्ट्रा, नर्मदेच्या तीरावरून हा बाजीराव तुला अखेरचा प्रणाम करीत आहे! तुझ्या बाहुपाशात मला मरण आलं असतं तर अधिक आनंद वाटला असता; तुझ्या पवित्र मातीमध्ये माझं हे मातीचं शरीर मिळून गेलं असतं तर अधिक समाधान लाभलं असतं. पण ते व्हायचं नव्हतं. माझ्या कर्मानुसार मला स्वर्ग प्राप्त होवो; अथवा नरक प्राप्त होवो; स्वाभिमानाची आणि पराक्रमाची परंपरा महाराष्ट्रात अखंड राहिली तर माझा आत्मा रौरवातसुद्धा सुखी होईल आणि महाराष्ट्राच्या पठावरावर भ्याड, दुर्बल, परतंत्र नादानांची रहदारी सुरू झाली तर स्वर्गलोकातसुद्धा मला नरकलोकाच्या यातना होतील... अंधार, दिशादिशांतून अंधार झिरपू लागला आहे!...सर्वांच्या ऋणातून होता येईल तेवढं मुक्त होण्याचा प्रयत्न केला. आता मरणा, ये! ये! आणि या अंधारातून, या एकाकीपणातून माझी मुक्तता कर!

◆ ◆ ◆

२२. रायगडाला जेव्हा जाग येते / (शंभूराजे)

शंभूराजे : समज? आपण आमचा तो केवळ एक 'समज' मानता? युवराज्ञी, तुम्ही थोराघरी जन्मलात. मात्यापित्यांच्या मांडीवर तुम्ही लाडात वाढलात. आबासाहेबांच्या लाडक्या सूनबाई म्हणून तुम्ही आजवर थाटामाटात रायगडावर वावरलात! आमच्या पोरक्या जीवनाची दर्दभरी कहाणी तुम्हांला नाही कळायची! आम्हांला जाण आल्यापासून ठाऊक आहे फक्त आबासाहेबांच्या डोळ्यांतला धाक! आमच्या मनावर कोरली आहे त्यांच्या ओठावरली सुन्न जरब! आमच्या पोटात अजून कालवतं आहे त्यांचं छत्र, त्यांचं सिंहासन, त्यांची राजमुद्रा! (भूतकाळातील स्मृतींची याद येऊन व्याकुळ होत) आग्र्याहून सुटकेच्या प्रसंगाची याद आली की अजून रक्त जळू लागतं. मस्तक फिरू लागतं. पोटात आतडी तटातटा तुटू लागतात. (क्षणार्ध थबकून दृष्टीसमोर चित्र न्याहाळत) एक आठ वर्षांचा कोवळा पोर महाराजांच्या पाठोपाठ रानावनातून, उन्हातान्हातून दिवसरात्र पळताना अजून आमच्या डोळ्यांसमोर स्पष्ट दिसतो आहे. अंगात ज्वर भरला, पायाला टरटरून फोड आले, तरी हू की चू नाही. अपरात्री मथुरेला एका ब्राह्मणाच्या घरात मुक्काम पडला. मध्यरात्री खलबत सरू झालं, तेव्हा निराजीपंत सल्ला देतात– ''महाराज– सहीसलामत सुटायचं असेल तर युवराजांना इथंच मागं सोडून दौड केली पाहिजे!'' आत माजघरात ग्लानी येऊन तळमळत पडलेला पोर ते शब्द ऐकतो आणि धडपडत तस्सा उठून बाहेर धावतो, महाराजांच्या कमरेला मिठी घालीत दिनवाण्या मुद्रेनं तो हंबरडा फोडतो– ''आबासाहेब, आबासाहेब, आम्हांला एकट्याला टाकून तुम्ही नाही ना हो जाणार?'' आबासाहेब एक शब्द बोलत नाहीत. कमरेची इवल्या हाताची मिठी ते पोलादी बोटांनी सोडवतात आणि माजघराकडे बोट दाखवतात! चिमुकल्या मनाला ब्रम्हांड आठवलं. शेकडो कोसांची पायपीट बिनतक्रार करणाऱ्या पोराचे पाय ओसरीवरून माजघरात जाईतो पांगळे होतात. महाराज त्या रात्री निघून जातात. न भेटता. न बोलता. (क्षणार्ध थबकून) युवराज्ञी, एकच सवाल पुसतो– आम्ही आमच्या पुत्राशी असे वागलो असतो तर आपण आमची संभावना कशी केली असतीत?

◆ ◆ ◆

२३. इथे ओशाळला मृत्यू / (संभाजी)

संभाजी : (पुरी जाग येत–सभोवार पाहत– व्याकुळ होत) आई भवानी– मासाहेब– आबासाहेब– येसू ऽ ऽ ऽ – तर मग स्वप्न ते, ते होतं आणि...(आणि हातातले साखळदंड न्याहाळीत) हे, हे सत्य आहे. (मटकन बसत) क्रूर, कठोर निर्दय सत्य. ताटात वाढून ठेवलं होतं तर आई जगदंबे– ते स्वप्न या दुर्दैवी राजाला या घडीला दाखवलंस तरी कशापायी? (हताशपणे हंबरडा फोडीत) येसू ऽ ऽ शाहू बा ऽ ऽ ळ– (क्षणमात्र हताशपणे बसून मान खाली घालतात. पण क्षणभरच दुसऱ्याच क्षणी मस्तक झटकीत, उठत) हे असं चालणार नाही– छत्रपती संभाजीमहाराज– ही मरगळ तुम्हाला या घडीला शोभत नाही. निदान आपल्या राजमुद्रेची तरी याद करा–

श्री शंभो शिवजातस्य मुद्राद्यौरिव राजते
यदंक सविनोलेखा वर्तते कस्य नोपरी

मा-साहेब– थोरल्या मासाहेब, मला तुमचे सत्त्व हवे आहे. आबासाहेब– आबासाहेब– फक्त उद्याची सकाळ उजाडल्यापासून तो आम्हाला मरण येईतो आपण या वेड्या भाबडया शंभूबाळाच्या पाठीशी उभे राहा. फक्त पाठीशी उभे राहा आबासाहेब– दुसरं काही मागणं नाही. आपण पाठीशी आहात आबासाहेब, तर मराठ्यांचा साधा सैनिकदेखील अलम दुनियेत कोणापुढे झुकणार नाही– मग– या संभाजीची बात कशाला? (कडाडत) येसू– येसूबाई– महाराणी येसूबाई– डोळ्यांवाटे पाणी काढाल तर खबरदार! हा हात हाती घेऊन तसं तुम्ही आम्हाला वचन दिलं आहे, याद ठेवा. या हिंदवी राज्यासाठी आबासाहेब जगले आणि या हिंदवी राज्यासाठीच आम्ही मरण पत्करणार आहोत. आम्ही मरणार आहोत राणीसाहेब– मरायचा आमचा पक्का निर्धार झाला आहे. येसू.(सांखळदंडाचं चुंबन घेत) ही पुष्पमाला तोडून मृत्यूपासूनदेखील आम्ही कदापि पळून जाणार नाही.(थरारून) पण...पण भय वाटतं– येसू, थोडं भय वाटतं. मरणाचं नव्हे– भय वाटतं या कातडीचं. भय वाटतं या रक्तमांसाचं. ही, ही कातडी, हे रक्त, हे मांस, विटंबना, वेदना, आणि मरणप्राय यातना यांच्या धगीनं होरपळून आत्म्याची दुर्दम्य जिद्द तर कोळपून टाकणार नाहीत? देवा– देवा– कातडी, रक्त, मांसापेक्षा, माणूस नुसत्या तरल वायवी

वैदेही आत्म्याच्या रूपात अवतरता आणि वावरता तर ही दुनिया किती समृद्ध, किती समर्थ, किती सुंदर झाली असती, नाही? पण ते होणं नाही... (हताशपणे बसत) ते होणं नाही. विधात्यानं भोळ्याभाबड्या मातेच्या मायेनं माणसाच्या आत्म्याला रक्त मांस कातडीचे गोजिरवाणे अंगटोपडे चढविले; पण या माणसांच्या दुनियेत हे अंगटोपडे ओरबाडून फाडून, रक्तबंबाळ करून, एक माणूस दुसऱ्या माणसाला शरण आणण्याची आस धरील, याची विधात्याला काय कल्पना? (धडपडून) आबासाहेब– आबासाहेब, अफजल्याच्या भेटीला जाताना हेच विचार तुमच्या मनात घोळत होते का? आग्ऱ्याच्या अटकेत असता– आग्ऱ्याच्या अटकेत असता–(थबकतात– थरारून) आबासाहेब– पेटाऱ्यात बसवून आम्हाला पुढे पाठविण्यापूर्वी तुम्ही शांतचित्तानं म्हणाला होतात– ''शंभूबाळ, भवानी आईच्या कृपेनं आणि मासाहेबांच्या पुण्याईनं सगळं गोमटं होईल, पण विपरीतच घडायचं असेल तर तुम्ही मनाची तयारी ठेवा. विसरू नका– या औरंगजेबानं कैद झालेल्या आपल्या थोरल्या भावासमक्ष– दाराशुको– समोर त्यांच्या पुत्राची गर्दन उडविली होती!'' (क्षणमात्र थबकून) आबासाहेब– त्याकाळी बालबुद्धीनं न जाणता न उमजता आम्ही तुमच्या हाती आवेशानं हात दिला. पण आज समजून उमजून शांत चित्तानं तुमच्या हाती आमचा हात देऊन सांगतो आहोत– अलमगिरापुढे लाचारीनं लोळत सरपटत आम्ही कदापि शरण जाणार नाही. या रक्तमांसकातडीची जिद्द तर पाहू? करून करून औरंगझेब या साडेतीन हात देहाचे कोणकोणते हाल करील?

(तोच कोंबडा आरवतो– तशी–) पहाट झाली. घटकाभरातच आयुष्यातल्या अखेरच्या अध्यायाला प्रारंभ होणार.प्रस्थान तर हलले. या इहलोकाचा निरोप म्हणजे अखेरीस स्वत:चाच निरोप. शुभास्ते पंथान: । थोरल्या मासाहेब म्हणत– माझ्या शिवबाच्या शंभूचे डोळे किती तेजस्वी आहेत! डोळ्यांनो– दुनियेतलं कोणतं लावण्य तुम्ही पाहिलं नाहीत? कोणत्या दु:खानं तुम्ही पाणावला नाहीत? कोणत्या जुलमाच्या नुसत्या वासानं खंदिरांगारासारखे तुम्ही उसळला नाहीत? आता ज्योत मालवावी तसे तसे विझता विझता देखील, स्वार्थानं आंधळ्या झालेल्या वतनदारांना एक नवी दृष्टी देऊन जा. रसने दुनियेतल्या खाद्यपेयांचा स्वाद तू पुरेपूर चाखलास– गुणांची कदर करताना तू हातचं काही राखलं नाहीस; प्रीतीचे शब्द बोलताना तू धुंद झालीस; तिखटपणापायी तर तू

घरीदारी दुष्मनांची फौज उभी केलीस; पण असत्य वाणीचा तुला कधी विटाळ झाला नाही. आता वेलीवरून फूल गळावं तशी गळून जा; तुटून जा; पण तुटता तुटतादेखील तुझ्या तिखटपणाची झलक दाखवून जा; नि:शब्द चिंतनासाठी मला मुक्त करून जा. हातांनो! साखळदंड करकचले गेले म्हणून तुम्ही कष्टी झाला नाहीत! अरे तुम्ही ढाल धरलीत; वार झेललेत; समशेर गाजवलीत, दुष्मनांना कंठस्नान घातलेत–विसरलात? एका लावण्यमयी थोर हृदयाच्या राणीला तुम्ही आपल्या पाशात घेतलंत. जन्मभर खूप खूप दिलेत, पण दिलेत त्यापेक्षा किती तरी पटीने या सुंदर जगाकडून तुम्हीच ना घेतलेत? बस, तुमचं काम संपलं.आता तुम्ही छाटले गेलात तरी तमा नाही. पोटार्थी लाकूडतोड्या फांद्या तोडतो म्हणून वटवृक्षानं कधी आकांत केला आहे का? वेड्यांनो! तुम्ही सुखेनैव तुटून छाटून पडा, पण मातीत पडता पडतादेखील या वटवृक्षाची मान आणि शान सांभाळून तुटून पडा. (छातीवर हात ठेवीत) हा पण हृदया! तुझी साथ अखेरपर्यंत मला मिळालीच पाहिजे. देवीला माझ्या रक्ताचा अर्घ्य हवा आहे आणि क्षुद्र दुष्मनाला माझा फक्त जीव हवा आहे. हिंदवी राज्यासाठी एवढी अल्प झीज छत्रपतींनी सोसायची नाही तर दुसऱ्या कोणी? शुभास्ते पंथान: ।

२४. मीरा मधुरा / (मीरा)

(सकाळची वेळ. मीरादेवीचा महाल. या महालात ज्या चबुतऱ्यावर बन्सीधराची मूर्ती उभी होती तो तसाच आहे, पण मूर्ती मात्र आता तेथे दिसत नाही. महालात मीरादेवी एकटीच फुलांची परडी जवळ घेऊन पुष्पहार गुंफीत बसली आहे. शेजारीच पूजासाहित्याने भरलेले तबक. मीरादेवीची मुद्रा उदास, दृष्टी हरवलेली. पडदा वर गेल्यावर क्षणभराने अगदी दूरवर... अगदी अस्पष्टपणे बासरीचे सूर ऐकू येतात. मीरादेवी दचकून प्रथम चबुतऱ्याकडे आणि मग महालाच्या कमानीतून बाहेर नजर टाकते. भास झाला असावा असे वाटून ती पुन्हा हातातल्या हारात लक्ष घालते. क्षणभरात पुन्हा एकदा बासरीवर तसेच गोड मधुर सूर... या वेळी अधिक जवळ, अधिक आर्जवी आणि अधिक स्पष्ट...तशी मीरादेवी हार खाली ठेऊन ताडकन् उठते. संथ पावलांनी कमानीपाशी येते. क्षणार्ध कमानीतून बाहेर कोठे निश्चल नजरेने पाहत–)

मीरा : (मृदू स्वरात पण कठोर निश्चयाने) तू पुन्हा का आलास? मी तुला तुझ्या राधेची शपथ घालून बजावलं होतं–पुन्हा माझ्या महालात येऊ नकोस म्हणून. मग का आलास?...हे बघ, ते तू मला सांगू नकोस... तू महालात पाऊलही ठेवलं नाहीस हे मलाही कळतंय. पण माझ्या महालाभोवती अशा घिरट्या का म्हणून घालतो आहेस? तुला काय वाटतंय? माझं अंत:करण विरघळेल? वेडा आहेस. या मीरेचं एकच रूप तू पाहिलं आहेस. मला कोणाकडेही पाठ फिरवायला फार फार वेळ लागतो. पण एकदा मी पाठ फिरवलीच तर पुन्हा माघार नाही. तुला काय सांगायचंय ते तू त्यांना जाऊन सांग. या गुंत्यात तू मला गुरफटून टाकलीस. आता हा गुंता कसा सोडवायचा ते तुझं तूच पाहा. जा...जा...या प्रासादाच्या परिसरातदेखील घोटाळू नकोस... त्यांच्या मनात परिवर्तन होईतोवर मला तुझ्याशी भाषणदेखील करायचं नाही. या जन्मी तरी माझा देह पराधीन आहे...हे पंचप्राण गहाण पडले आहेत.

(असे बजावीत ती माघारी फिरते आणि हार घेऊन पुन्हा बसते. तेवढ्याच खट्याळपणे कर्कश बासरी वाजते, आणि मीरादेवी जो उसळून उभी राहते तो बासरीवरले सूर, तिची मुद्रा बघूनच भयभीत होऊन एकदम सौम्यमधुर होतात आणि घाबरल्यागत बघता बघता कोठे धूम पळून जातात. बासरी दूर गेल्याचे ध्यानी येताच मीरादेवी स्वत:शीच गालात हसते आणि– ''लबाड!... आणिक भित्री भागूबाईदेखील! राधा बिचारी भोळीभाबडी म्हणूनच असल्या ध्यानावर भाळली.''– असे उद्गार काढून मीरादेवी हार घेऊन पुन्हा बसते.)

◆   ◆   ◆

सामाजिक / काल्पनिक नाट्यस्वगते

२५. सं. शारदा / (श्रीमंत)

(हेरंब महालातील दिवाणखाना. श्रीमंत एकटे बसले आहेत.)

श्रीमंत : साऱ्या जन्मात स्वसंतोषानं अशी मी कुणाला एक बोटभर चिंधी किंवा तांब्याचा तुकडा, किंवा घासभर अन्न दिलेलं मला स्मरत नाही. तोच मी भुजंगनाथ, या पंधरा दिवसांत, हा भद्रेश्वर सांगेल त्याला सांगेल ते, आपल्या हातांनी घ्या, घ्या म्हणून देतो, अमका आला अमुक द्या, ब्राह्मणभोजनं घाला, नैवेद्य करा, अनुष्ठान बसवा, पूजा बांधा, तात्पर्य काय की हे श्रीमंतीचं सोंग सांभाळायला पाण्यासारखा पैसा खर्च होतो, पाण्यासारखा. इतकं महाग कुटुंब करून पुढं निभाव कसा लागावा! छे, छे, छे!

पद्य (लते खचित तू प्रियकरणी)

नको विवाहचि हा मजला ॥ सोंग नको हे श्रीमंतीचे, कीर्ति नको सन्मानहि असला ॥ धृ० ॥ धूर्त तो भद्रेश्वर वेची । द्रव्य किती । या नाहि मिती । पाहोनी अती । जिव घाबरला ॥ १ ॥

आता दीक्षित आले म्हणजे असंच सांगणार (काही विचार करून) अरे पण भलत्याच आवेशानं विवाह नको म्हटलं खरं, पण विवाहच जर केला नाही, तर कुटूंब कसं मिळणार? आम्हांला पुत्र कसा होणार? तसंच दोन महिन्याच्या आत लग्न करुन सहकुटुंब परत येतो असं मिशांना पीळ देऊन मी माझ्या पुतण्याला सांगितलं ते व्यर्थ होणार त्याची वाट काय? तेही असो, एक वेळ पत्करलं. परंतु आलो तसाच जर परत गेलो, तर गावात पोरांपासून थोरापर्यंत सर्व म्हणायला लागतील की, मोठे लग्न करून घ्यायला गेले होते? पण म्हाताऱ्याला मुलगी देतो कोण? (आरशात पाहून) तेच लोक जर आता पाहतील तर मला म्हातारा म्हणण्याची त्यांची पुण्याई नाही. मी वेडा म्हणून भद्रेश्वरावर इतका रागावलो (मिशावर पीळ देत देत हसत) शाबास आहे त्या भद्रेश्वर दीक्षिताची! आम्हासारख्यांची लग्नं हवी ती युक्ती लढवून, त्यानंच जुळवून द्यावीत. या कामात त्याचा हात धरणारा दुसरा मध्यस्थ मिळायचा नाही!

पद्य–(द्वैत करी ही विनाश अवघा)

मध्यस्थाची असे कुशलता त्याच्या अंगी पुरी ॥

स्वाहा केले धन बहु माझे मजला फसवुनि जरी ॥ १ ॥

दंतपंक्ति ही नवी जडविली; युक्ति तयाची खरी ॥

सहज चावता स्पष्ट बोलता येते तरुणापरी ॥ २ ॥

मिशा काजळी कशा दिसति या कलप चोळिता वरी ।

पाहू आता कशी येईना नवरी चालत घरी ॥ ३ ॥

शरीराची तयारीही बरीच होत चालली आहे. (दंडावर बुक्क्या मारून) हे दंड पंधरा दिवसांपूर्वी अगदी मऊ पिसपिशीत लागत होते, तेच आता वरवंट्यासारखे घट्ट लागतात.तशीच ही छातीसुद्धा किती रुंदावली! या मांड्या तर शिसवीच्या खांबासारख्या झाल्या आहेत. आणि इतकं हे सारं झालंच पाहिजे. कारण दररोज खाद्य कसं चाललं आहे! बैठकी मारायच्या, कोहाळेपाक बडवायचा, जोर–जोडी करायची, आटीव दूध झोकायचं, नमस्कार घालायचे, बदामाची खीर चापायची. हो खरंच वेळ झाली.

२६. संशयकल्लोळ / (फाल्गुनराव)

फाल्गुनराव : ही श्रावणशेटची चिठ्ठी (उघडू लागतो.) माझ्या बायकोकडे का? कशासाठी? त्याचा आणि हिचा काय संबंध? तो कोण हिचा? काय संबंध? आणि नाव सांगायचा हुकूम नाही तो काय म्हणून? सरळ चिठ्ठीला चोरी का? तेव्हा सरळ नव्हे हेच खास. आत काही तरी भानगड आहे. बायका लिहायला वाचायला शिकल्या म्हणजे अशी पत्रापत्री सुरू करतात. ठीक आहे! काय लिहितो तो? ''विनंती विशेष. तुमची चिठ्ठी मला पोहोचली. सौभाग्यवतीची माहेरी रवानगी करून दिली आहे. आणखी पंधरा दिवसांनी येईल. म्हणून मी उत्तरी कळवितो की, तुम्ही विचारलेल्या प्रश्नासंबंधाने काही काळजी करण्याची जरूर नाही. स्वाती ही आमच्या घरची विश्वासू कुळंबीण आहे. तुमच्यात आणि तुमच्या यजमानात भानगड उपस्थित होण्याचा काही संभव नाही. यावरून काय ते लक्षात आणावे. अधिक लिहिणे नको. ही विनंती'' असं काय? ''सौभाग्यवतीची माहेरी रवानगी करुन दिली.'' ती का? हिला विघ्न येईल म्हणून! ''आणखी पंधरा दिवसांनी परत येईल.'' तोपर्यंत तर चैन झाली! पुढं काय म्हणतो? ''विचारलेल्या प्रश्नाबाबत काही काळजी करण्याची जरूर नाही!'' कशाला असेल? बघणार कोण? कळणार कुणाला? तेव्हा प्रश्न कोणता हे ध्यानात आलं, आणखी काळजी का नको हेही समजलं. बरं, पुढं काय म्हणतात हे राजेश्री? ''स्वाती विश्वासू कुळंबीण आहे! '' हो, तिनं आजपर्यंत शेकडो कामं केली असतील, आणखी बक्षिसं उपटली असतील. ''पुढं भानगड उपस्थित होण्याचा संभव नाही. यावरून काय ते लक्षात आणावं.'' काय लक्षात आणावं. हेच हिनं आता घरुन नट्टापट्टा करुन देवाला म्हणून बाहेर पडावं आणखी रस्ता चुकवून कार्तिकनाथाला जायचं ते श्रावणशेटाला जावं. फार उत्तम बेत! जा म्हणावं आता! ही चिठ्ठी घेऊन श्रावणशेटला गाठू का? पण नको. आपल्याला अशा आड रस्त्याला जायचं नाही. आता काय? पुराव्यावर पुरावा. हवा तितका पुरावा मिळायला लागला. ही तसबीर, ही चिठ्ठी, आणखी दमानं घेतलं तर आणखीसुद्धा मिळेल. तेव्हा आता आ– हा: असं करावं. ही जी विश्वासू कुळंबीण आहे तिला भेटावं, लागेल तितका पैसा देऊन फितूर करून घ्यावी आणि पैसा दिसला म्हणजे ती फितूर होणारच आणि मग एक एक हळूच बाहेर काढून घ्यावं. ठीक, ठरला बेत.

◆ ◆ ◆

२७. सं. मानापमान / (धैर्यधर)

स्थळ : धैर्यधराचा तंबू.

(धैर्यधर सरदारीच्या पोशाखात प्रवेश करतो.)

धैर्यधर : मी आज इतकी वर्षे सेनापतीचे काम पाहत आहे, पण आजच्या इतक्या चुका माझ्या हातून कधीच झाल्या नाहीत. पडत्या फळाची आज्ञा घेऊन शीलधरजी आज कसा निघून गेला! तो जवळ नसल्यामुळे सर्व सैन्यात आज माझे हसे झाले असेल! लष्कराच्या सलामीचा समारंभ पाहण्याकरिता मी वनमालेला मजबरोबर नेली, हीच पहिली मोठी चूक झाली. वीर पुरुषांनी मला नम्रपणे मुजरा करावा, आणि धैर्यधरा, गौरवाचा एक शब्द उच्चारण्याचे किंवा शाबास म्हणण्याऐवजी सस्मित पाहण्याचेही भान तुला राहू नये! सैनिक काय म्हणत असतील! तीन चांदांच्या सरदारीने आणि पंचवीस लाखांच्या जहागिरीने ताठून गेले, असे दूषण सर्व लोक देत असतील. पण मी तरी काय करू? निरनिराळ्या पथकांची सलामी चालली असताना वनमाला मध्येच चोरून मजकडे पाही, किंवा गालातल्या गालात हसत एखादा प्रश्न विचारी; आणि मग माझ्या पुढून चाललेल्या सर्व वीरांनी वनमालेचीच सोंगे घेतली आहेत की काय असा मला भास होई. वीर पुरुषहो, मी तुमचा शतशः आभारी आहे. सहस्त्रशः अपराधी आहे. मला वेड लावणाऱ्या त्या तरुणीचे सोंग माझ्या नादी मनाने तुम्हाला दिलेले पाहण्यापेक्षा, तुमच्याकडे दुर्लक्ष करून, वनमालेचे ते लाजरे मुखकमल निर्लज्जपणाने पाहणे किंवा अस्पष्ट व अर्धवट प्रश्नाला मोकळ्या कंठाने लांबलचक उत्तर देत बसणे, हे तुमच्या व माझ्या लष्करी बाण्याला अधिक श्रेयस्कर आहे, असे मला वाटले. वनमाला जरा दूर झाली आणि मी माझ्याशीच विचार करू लागलो,– तिच्याशी इतके बोलायचे मला सुचले तरी कसे? तिच्या गालावरील लाजेच्या लाटांच्या प्रत्येक हेलकाव्याबरोबर माझी जीभ आपोआप का नाचत होती? तिच्या लाजण्याला आणि माझ्या बोलण्याला अशी एकदम भरती का यावी बरे? हां, बरोबर आहे.

पद ४० राग जिल्हा जंगला; ताल दीपचंदी

(हूं तो करोंगी) या चालीवर

भाली चंद्र असे धरिला, नाचे स्मरसागरवेला ॥ ध्रु० ॥
बोला चतुरा बोलवी चंद्रकला कैसे मदनबले मंजमंजुला ।
वनमाला बाला दावी लज्जा गाला स्मरलीला ॥ १ ॥

मस्तकावरील या चंद्राच्या सान्निध्यामुळे माझी ही तारांबळ उडाली! त्यालाच जरा दूर करावा, म्हणजे चित्त आपोआप स्थिर होईल. (पगडी हातात घेऊन) बा चंद्रा, तुझा मी इतका सन्मान करून तुला शिरावर वाहिले त्याचे उपकार तू असे फेडलेस काय? एखाद्याची फाजील बडेजावी करून श्रेष्ठ पदाला चढविले म्हणजे अखेरीस तो डोक्यावर मिरे वाटल्यावाचून राहत नाही, याचा अनुभव आज चंद्रा तू मला चांगला आणून दिलास! पहा डोक्यावरून खाली ओढल्याबरोबर आता कसा बलहीन झाला आहे तो! माझे सर्व लष्करी तेज आता पुन्हा जागे झाले आहे. अगदी टक लावून मजकडे पहा, आणि तुझ्यामुळे मदनबाधा मला कशी पछाडते ते पाहू दे. आता मी शुद्धीवर आलो. शीलधर आणि इतर नोकर मला न विचारता रजेवर गेले कसे? त्यांना रजा देणारी ही वनमाला कोण? हा चांद डोक्यावरून खाली उतरून ठेवला आहे; आता येऊ दे खरी, अशी खरड काढतो, एवढ्या मोठ्या सेनेचा सेनापती म्हणजे तिला खेळणे वाटले, नाही का? पण ती अजून का येत नाही?– मी एकटा या ठिकाणी कसा बसून राहू? माझा पोशाख कोण उतरणार? कोणी नाही का तिकडे? सगळी माणसे बहिरी झाली की काय? कोणी नोकर चाकर येथे नाही म्हणजे काय? (पडद्यात– 'मी आले महाराज. माझ्या हातातला पंखा मी आता कोठेसा ठेवला, तेवढा पाहून घेऊन येते.') बरे बरे लवकर ये.– हा काय चमत्कार? "लवकर ये" हे शब्दसुद्धा रागाने ठासून मला उच्चारता येऊ नयेत अं?(पडद्यात– "ही मी आलेच लवकर महाराज.") तितकी काही घाई नाही; सावकाश– लवकर. अरे, माझा सगळा राग कसा एकदम नाहीसा झाला? वनमाले, तुझ्या एकदोन गोड शब्दांनीच मला शांत केले, वारा घालून शांत करण्याची आता काय जरुरी आहे? पूर्वीचे रथी, महारथी ज्याप्रमाणे धनुष्याच्या दोरीच्या आवाजाने शत्रूंना पळावयास लावीत असत, धनुष्यावर बाण चढवायची त्यांना जरुरीच राहत नसे, त्याप्रमाणे वनमाले, तू या वेळी पराक्रम गाजविलास. माझा क्रोध, माझा आवेश, माझा लष्करी बाणा, तुझ्या शृंगाराच्या या शत्रूंची तू एका शब्दाने दाणादाण उडवलीस! सर्व रस प्रेमाच्या प्रभावळींतले मणी असून एकट्या प्रेमाचे तेज खुलविण्याकरिता ते प्रेमाच्या सभोवती घुटमळत असतात, हेच खरे; नाही तर प्रेमाचा नुसता ध्वनी ऐकण्याबरोबर दीन दासाप्रमाणे माझा क्रोध, दडून का बसला असता? प्रेमाचे सुख स्वकीयांना अव्याहत मिळावे, म्हणूनच ना ही लढाईची खटपट? प्रेमाची ताटातूट होते, म्हणूनच ना करुणरसाचे हुंदके मनुष्याला येतात? सर्व विचारांच्या, सर्व विकारांच्या, सर्व उद्योगांच्या, सर्व

हालचालींच्या बुडाशी प्रेम असते; किंबहुना प्रेम नाही तर जगात काहीच नाही. मग अशा प्रेमाला बळी पडून सेनापती धैर्यधर यांनी, सर्व सैन्यासमक्ष थोड्याशा शृंगारचेष्टा केल्या तर सैनिकांनी तरी त्याला काय म्हणून हसावे? आणि मी म्हणतो, सैनिक गमतीने हसले तर त्याबद्दल मला आनंदच झाला पाहिजे; आणि झालाच आहे मला तसा आनंद! या सुखाची सत्ता उघडपणे कबूल न करण्यात काही पुरुषार्थ नाही. आता वनमाला आली म्हणजे तिला स्वच्छ सांगणार, तू सर्वांना रजा दिलीस यामुळे मी अगदी खूष झालो आहे.

पद ४१ राग जिवनपुरी, ताल त्रिवट

(''हूं तो जय्ये'' या चालीवर)

प्रेमभावे जीव जगि या नटला । एकचि रस प्याला ॥ ध्रु० ॥

नसती भिन्न रस हे, शृंगार राजा नवदल त्याला ॥ १ ॥

सकला किरण रंगा दावी इंद्रधनुषी जननयनाला ॥ २ ॥

ही पहा वनमाला आलीच! क्रोध म्हणजे कोणच्या गावचा पदार्थ असतो याचीही मला आठवण राहिली नाही.

◆ ◆ ◆

२८. सं. मानापमान / (लक्ष्मीधर)

(लक्ष्मीधर प्रवेश करतो.)

लक्ष्मीधर : सेनापतिसाहेबांशी बोलताना मुख्य मुद्द्याची गोष्टच बोलायला विसरलो. विलासधरजींनी मला इतके पढविले, पण पालथ्या घागरीवर पाणी! आता सगळे आठवले. भामिनीचा सूड उगविण्याकरिता त्यांना सांगावयाचे होते, वनमालेसारख्या गरिबांच्या मुली वर्तनाने आपल्या तशाच असतात; तेव्हा तुम्ही सावध रहा. गरिबांच्या बायकामुली शीलाने कुशीलच असावयाच्या, असा आम्हा श्रीमंतांचा सिद्धांत आहे. कशी माझी दातखिळी बसली!– हे विलासधर अजून काय त्यांच्याशी कुजबुजत आहेत? वा! ते दोघे अजून त्या दालनात बोलत उभे! आपणास बुवा असे तिष्ठत उभे राहण्याचे जिवावर येते. आम्ही श्रीमंत लोक प्रहरानुप्रहर, दिवसानुदिवस अंथरुणात लोळत राहू, खाणे, पिणे, बोलणे सर्व काही लोळत करू; पण पाय ताठवून दोन पायांच्या खांबावर शरीर उभे करण्याची ही त्रासदायक युक्ती– मजुराप्रमाणे राबणाऱ्या या दरिद्रयांनी शोधून काढलेली युक्ती– आम्हाला बिलकुल पसंत पडत नाही. इतका वेळ त्यांना उभे राहता येते कसे? परमेश्वराच्या या श्रीमंती सृष्टीच्या विधात्याचा डोळा चुकवून जर हे दरिद्री शिरले नसते तर जन्माच्या वेळी देवाने जसे आम्हाला लोळत झोपी गेलेले पाठविले तसेच लोळत आम्ही श्रीमंत, आमरण राहिलो असतो या बाजूचे त्या बाजूवर वळावे, केव्हा केव्हा उताण्याचे पालथे व्हावे, फार झाले तर फरफरावे किंवा रांगावे. पण यापलीकडे यातायात आम्ही श्रीमंतांनी का सोसावी?– असे उभे राहण्याचा प्रसंग आला म्हणजे ही सृष्टी निर्माण करण्यात श्रीमंतांची सोय देवाने पाहिली नाही, हे तेव्हाच ध्यानात येते. आमच्या अंगावरील मांस लोण्याच्या गोळ्याप्रमाणे मऊ आहे, हे ठीक आहे; पण ही हाडे इतकी कठीण कशाला? कशी आतून टोचताहेत! देवा, आमची हाडे सोललेल्या केळ्यासारखी केली असतीस तर चालले नसते का? आतून हे हाडांचे भाले आणि वरून हे हिऱ्याचे खडे कसे माझ्या अंगात खुपताहेत! देवा, हिरे फुलासारखे कोमल का नाही केलेस? श्रीमंतांच्या अंगाला चिकटून राहणाऱ्या पातळ तेलाचे रूप, देवा, सोन्याला का नाही दिलेस? या जाजमाखालची कठीण जमीन चढावाच्या आतूनही माझ्या पायात रुतते आहे! देवा, ही जमीन फत्तरांची व मातीची करावयाला सांगितले होते कोणी! तारामंडळ निर्माण करण्यात देवाची सर्व श्रीमंती खर्चून जाऊन ही पृथ्वी निर्माण करताना देव खरोखर कंगाल झाला असला पाहिजे! दरिद्री देवाशिवाय जड दगड आणि माती

पृथ्वीवर उरावर रचण्याचे एवढे श्रम कोण सोसणार? देवा, मजसारख्या एखाद्या श्रीमंताला जर तू त्या वेळी आपला गुरू केला असतास तर दोन दोन, चार चार हात उंचीच्या पिंजलेल्या मऊ रेशमाने व कापसाने ही पृथ्वी फार अल्प श्रमात झाकता येते, हे त्याने नसते का तुला शिकविले? देवाच्या या सर्व चुका आमच्या महालात आम्ही थोड्या थोड्या दुरुस्त्या करतो; पण या धैर्यधराच्या भेटीला आले म्हणजे, दरिद्रयासारखेच वागावे लागते! घेऊ या लोळण, श्रीमंताच्या हालचाली कशा असतात, हे तरी त्याला शिकू द्या. (बसून पाय पसरून) आता जरा बरे वाटले. अजून ते दोघे तेथेच उभे आहेत.– आता लागेल तितका वेळ बोलत उभे राहा.

पद ४८ – ताल झपताल

(''देखो सखि आज'' या चालीवर)

लोळणंचि भूमिवरि मोक्ष वाटे मना ॥ ध्रृ० ॥

देह होई उलट पलट,

मग कालसम उच्चनीच अवयव विसळत क्षणा क्षणा, ॥ १ ॥

लोळणा अनुसरत भूभ्रमण, गोलगति पाळणा,

शयनसुख सहज देई जना ॥ २ ॥

(विलासधर व धैर्यधर येतात.)

आणखी थोडा वेळ बोलत उभे राहायला कोणी नको म्हटले होते! जरा लवंडतो तो आले! इथे नोकरचाकरही नाही कोणी हात देऊन उभे करायला.

(उठू लागतो)

◆ ◆ ◆

२९. एकच प्याला / (सुधाकर)

सुधाकर : होय, रामलाल, तीच दारू! जिनं माझ्या घरात एवढा अनर्थ केला तीच दारू! जिनं चारी खंडांत अनर्थाचं साम्राज्य चालविलं आहे ती दारू! कुबेराला भीक मागायला लावते ती दारू! भीमासारख्या वज्रदेही शरीराला बहात्तर रोगांचा दवाखाना बनविते ती दारु! शिकलेल्या शहाण्याच्या थोबाडाला शिमग्यातल्या शिव्याशेणांची शोभा आणते ती दारू! महापतिव्रतांना नवऱ्याच्या हातानं बाजारात आणून बसवते ती दारु! जिवलग नात्याचे धागे कुजवून तडातड तोडते ती दारु! बापाला मुलाकडून, मुलाला बापाकडून ठार मारविते ती दारू! डुकराचं नावसुद्धा न घेणाऱ्या पाक मुसलमानाला डुकरासारखं खातेऱ्यात लोळविते ती दारू! गायित्री मंत्राने पवित्र झालेल्या ब्राह्मणांच्या जिभेला गायत्रीच्या मांसाची चटक लावते ती दारू! एखाद्या पशूप्रमाणं पुत्राला मात्रागमन्याप्रमाणं प्रत्यक्ष जन्मस्थानी– अरेरे! बोलू नये ते बोलणं आलं! पण सुधाकराच्या ज्या जिभेनं दारूचा विटाळ मानला नाही, त्या जिभेला एका किळसवाण्या शब्दानं काय वाट लागणार! आणि समाजात ठिकठिकाणी शिकलेल्या संभावित गळ्यांतून जी दारूची गटारं वाहताहेत त्यांत एका शब्दांची घाण वाहून जायला किती वेळ लागणार!– रामलाल, कान फोडून स्पष्ट ऐक– पुत्राला मात्रागमन्याप्रमाणं प्रत्यक्ष जन्मस्थानी लघुशंका करायला लावते ती दारू! ती दारू मी प्यावी अं! आता तोंड वाईट करू नकोस! रागावू नकोस– तुला एकदा सांगितलं, आज शेवटचं सांगून ठेवतो, की दारूची सवय सुटण्याचा काळ ती लागण्यापूर्वी काय तो असतो! पहिला एकच प्याला घेण्यापूर्वी भावी मद्यप्याचा हात धरला तरच फायदा होईल! ज्यानं एकदा पहिला एकच प्याला घेतला त्याला हा शेवटचा असा एकच प्याला घ्यावा लागतो! दारूबाज दारूतच मरायचा, हे ब्रह्मवाक्यच आहे! आणि माझ्यासारख्या एखाद्याला पश्चात्ताप झाला तरी हा एकच प्याला काही टळत नाही! मात्र जळजळीत औषधाला मारण्यासाठी त्यात जसं पुष्कळसं पाणी ओतावं लागतं त्याप्रमाणं अखेरचा एकच प्याला घेताना, त्यातली दारूची जलाल आग मारण्यासाठी त्यात रसकापरासारखं एखादं विष बरंच घालावं लागतं!

◆ ◆ ◆

३०. एकच प्याला / (सुधाकर)

सुधाकर : कसला कपाळाचा तो निश्चय! दारूच्या बेशुद्धीत घोंगडीवर घरघरत पडलेल्या आसन्नमरणानं, शेवटच्या नजरेनं, एखाद्याला सावधपणानं ओळखल्यासारखं केलं, तर जीवनकलेच्या तशा तुटल्या आधारावर विवेकी पुरुषानं भरवसा ठेवून भागत नाही. आजपर्यंत मलासुद्धा असंच वाटत होतं; पण भाई आता माझी पुरी खात्री आहे की, दारूच्या पेचातून मनुष्याची कधीही सुटका व्हायची नाही! रामलाल, नदीच्या महापुरात वाहताना गारठ्यानं हातपाय आखडल्यावर, नदीत खात्रीनं आपला जीव जाणार, अशी जाणीव झाली तर बुडत्याला त्या पांगळ्या हातापायांनी ओघाच्या उलट पोहून नदीतून बाहेर येता येईल का? भडकलेला गाव होळीच्या फोफाट्यात भाजून निघताना जीव जाण्याची धास्ती वाटली तरी जळत्याला त्या जात्या जिवाच्या शेवटच्या श्वासांचे फुंकर मारून ती भोवतालची आग विझविता येईल का? मग या दोन्ही महाभूतांच्या ओढत्या जाळत्या शक्ती जिच्यात एकवटल्या आहेत त्या दारूच्या कबज्यात गळ्यापर्यंत प्रत्यक्ष ईश्वरी शक्ती लाभली तरी मरत्याला बाहेर कसं येता येईल? रामलाल, दारूची सवय सुटण्याची एकच वेळ असते आणि ती वेळ म्हणजे दारू पिण्यापूर्वीचीच! पहिला एकच प्याला– मग तो कोणत्या का निमित्तानं असेना– ज्यानं एकदा घेतला तो दारुचा कायमचा गुलाम झाला! निव्वळ हौसेनं जरी दारुशी खेळून पाहिलं तरी दिवाळीचा दिवा भडकून होळीचा हलकल्लोळ भडकल्यावाचून राहायचा नाही! रामलाल, दारुची कुळकथा एकदाच नीटपणानं ऐकून घे! दम खा! मला एकदा– (पेला भरुन पितो. रामलाल तोंड खाली करतो.) बस्स, ऐक आता नीट! प्रत्येक व्यसनी मनुष्याच्या दारुबाज आयुष्याच्या संमोहावस्था, उन्मादावस्था व प्रलयावस्था अशा तीन अवस्था हटकून होतात. या प्रत्येक अवस्थेची क्रमाक्रमानं सुरुवात एकच प्याला नेहमी करीत असतो. प्रत्येक दारुबाजाची दारुशी पहिली ओळख नेहमी एकच प्याल्यानं होत असते! थकवा घालविण्यासाठी, तंदुरुस्तीसाठी, कुठल्याही कारणामुळं का होईना, शिष्टाचाराचा गुरुपदेश म्हणून म्हण किंवा दोस्तीच्या पोटी आग्रह म्हणून म्हण. हा एकच प्याला नेहमी नवशिक्यांचा पहिला धडा असतो. एखादा अक्षरशत्रू हमाल असो, किंवा कवींचा कवी आणि संजीवनी विद्येचा धनी एखादा शुक्राचार्य असो; दोघांचाही या शास्त्रातला श्रीगणेशा एकच– हा

एकच प्याला! दारुच्या गुंगीनं मनाची विचारशक्ती धुंदकारल्यामुळं मनुष्याला मानसिक त्रासाची किंवा देहाच्या कष्टांची जाणीव तीव्रपणानं होत नाही, आणि म्हणून या अवस्थेत दारुबाजाला दारु नेहमी उपकारी वाटत असते. जनलज्जेमुळं आणि धुंद उन्मादाच्या भीतीमुळं समजत्याउमजत्या माणसाला घटकेपुरतीसुद्धा बेशुद्धपणाची कल्पना अजाणपणामुळं फारच भयंकर वाटत असते. आणि म्हणून सुरुवातीला जनलज्जेइतकीच नवशिक्या दारूबाजाला गैरशुद्धीची भीती वाटत असते! अशा दुहेरी भीतीमुळे या अवस्थेत मनुष्य, दुष्परिणाम होण्याइतका अतिरेक तर करीत नाहीच, पण आपल्याला पाहिजे त्या बेताची गुंगी येईल इतक्या प्रमाणातच नेहमी दारू पीत असतो. आणि म्हणून संमोहावस्थेत दारूबाजाला प्रमाणशीर घेतलेली दारू हितकारक आणि मोहकच वाटते! दारूच्या दुसऱ्या आणखी तिसऱ्या परिस्थितीतले दुष्परिणाम त्याच्या इष्टमित्रांनी या वेळी दाखविले म्हणजे ते त्याला अजिबात खोटे, अतिशयोक्तीचे किंवा निदान दुसऱ्याच्या बाबतीत खरे असणारे, वाटू लागतात. सुरुवातीच्या प्रमाणशीरपणामुळं स्वत:चं व्यसन त्याला शहाण्या सावधपणाचं वाटतं आणि अवेळी दाखविलेली ही चित्रं पाहून, आपले इष्टमित्र भ्याले असतील किंवा आपल्याला फाजील भिवविण्यासाठी ती दाखविली जातात, अशी तरी स्वत:ची मोहक फसवणूक करून घेऊन दारूबाज आपल्या उपदेशकांना मनातून हसत असतो. याच अवस्थेतून नकळत आणि नाइलाजानं पुढच्या अवस्था उत्पन्न झाल्यावाचून राहत नाहीत. हे दुर्दैवी सत्य या वेळी मनुष्याला पटत नाही, आणि तो आपलं व्यसन चालू ठेवतो! परंतु मनुष्याच्या मनावर आणि शरीरावर सवयीचा एक परिणाम घडतो, की आज एका गोष्टीचा जितक्यामुळे जो परिणाम होतो तोच तितक्यामुळे उद्या होत नाही, आणि म्हणून दारूबाजाला रोजच्याइतकीच गुंगी आणण्यासाठी कालच्यापेक्षा आज आणि आजच्यापेक्षा उद्या अधिक दारू पिण्याचं प्रमाण अधिक वाढवीत न्यावं लागतं. या संमोहावस्थेच्या शेवटच्या दिवसांत तर हे प्रमाण वाढत वाढत इतक्या नाजूक मर्यादेवर जाऊन ठेपलेलं असतं, की बैठक संपल्यानंतर एकच प्याला अधिक घेतला तर तो अतिरेकाचा झाल्यावाचून राहू नये! या सावधपणाच्या अवस्थेची मुख्य खूण हीच असते, की अगदी झोप लागण्याच्या वेळी मनुष्य पूर्ण सावध असतो. नशेचा थोडासा तरी अंमल असेल अशा स्थितीत त्याला झोप घेण्याचा धीर होत नाही अशा स्थितीत एखाद्या दिवशी कुठल्या तरी कारणामुळे विशेष रंग येऊन मित्रमंडळी एकमेकांना आग्रह करू लागते. आपण होऊन आपल्या प्रमाणाच्या शुद्धीत

राहण्याच्या कडेलोट सीमेवर जाऊन बसलेल्या दारुबाजाला त्या बैठकीचा शेवटचा म्हणून आणखी एकच प्याला देण्यात येतो. संमोहावस्था संपून उन्मादावस्था पहिल्यानं सुरू करणारा असा हा एकच प्याला! बरळणं, तोल सोडणं, ताल सोडणं, कुठं तरी पडणं, काही तरी करणं या गोष्टी या अतिरेकामुळं त्याच्याकडून घडू लागतात. रामलाल, ही भाकडकथा ऐकून कंटाळू नकोस. यापुढच्या अवस्था जितक्या जलदीनं दारू मनुष्याचं आख्यान आटोपतं घेत जाते. तितक्याच जलदीनं मी दारुचं आख्यान आटोपतं घेतो. या उन्मादावस्थेत दररोज मनुष्याला भरपूर उन्माद येईपर्यंत दारू घेतल्याखेरीज चैन पडत नाही आणि समाधान वाटत नाही. इतक्या दिवसांच्या सरावामुळे शरीर आणि मन यांना जगण्यासाठी दारू ही अन्नापेक्षा अधिक आवश्यक होऊन बसते. या उन्मादावस्थेत नशेच्या अतिरेकामुळे वेळोवेळी अनाचार आणि अत्याचार घडतात. सावधपणाच्या काळी पश्चात्तापामुळे तो हजारो वेळा दारू सोडण्याची प्रतिज्ञा करतो आणि कमकुवत शरीराच्या गरजेमुळे तितक्याच वेळा त्या प्रतिज्ञा मोडतो. कंगाल गरिबी आणि जाहीर बेअब्रू यांच्या कैचीत सापडून तो दारू सोडण्याचा प्रयत्न करतो आणि निर्जीव शरीर आणि दुबळे मन यांच्या पकडीत सापडून तो अधिकाधिक पिऊ लागतो. पहिल्या अवस्थेत मनुष्य दारूला सोडीत नाही; आणि या अवस्थेत दारू मनुष्याला सोडीत नाही; मद्यपानाचे भयंकर दुष्परिणाम भावी काळी आपल्याही ठिकाणी शक्य आहेत अशी दूरदृष्टीने भाग्यशाली जाणीव झाली तर एखादा नवशिका दारुबाज अतिशय करारीपणानं, पोलादी निश्चयानं आणि अनिवार विचारशक्तीनं पहिल्या अवस्थेत असताना एखाद्या वेळी तरी दारुचं व्यसन सोडायला समर्थ होईल, पण या दुसऱ्या अवस्थेत काही दिवस घालविल्यानंतरही दारूच्या पकडीतून अजिबात सुटणारा मनुष्य मात्र अवतारी ताकदीचा, ईश्वरी शक्तीचा आणि लोकोत्तर निग्रहाचा असला पाहिजे. उत्तरोत्तर अनाचार वाढत जातात. आणि त्यानंतरचे पश्चात्तापाचे क्षण मनाला सहन होईनासे होतात. अशा वेळी जगात तोंड दाखवायला वाटणारी लाज कोळून पिण्यासाठी निर्लज्जपणानं दारु कधीही सुटणार नाही, आणि पश्चात्तापामुळे पिळून काढणारा सावधपणाचा एकही क्षण आपल्याजवळ न येऊ देण्याचा, निश्चयानं अष्टौप्रहर आणखी अखंड गुंगीत पडून राहण्यासाठी म्हणून तो एकच प्याला घेतो; दारू न पिण्याची प्रतिज्ञा मोडतो; आणि पुन्हा तशी प्रतिज्ञा करीत नाही. हा एकच प्याला म्हणजे तिसऱ्या प्रलयावस्थेची सुरुवात! भाई, आज सकाळी सिंधूजवळ प्रतिज्ञा करताना मला मूर्खाला कल्पनासुद्धा आली

नाही, की आजच्या दिवशीच माझ्या आयुष्याची प्रलयावस्था सुरू होणार आहे! सकाळची सिंधूची आनंदी मुद्रा, ते आनंदाश्रू, मिटत चाललेल्या माझ्या डोळ्यातली अखेरच्या आशेची ती निस्तेज लकाकी, वेड्या आशेच्या भरात, आम्ही दोघांनी चुंबन घेतल्यामुळं बाळाच्या कोवळ्या गालांवर आलेली लाली–भाई, आमच्या चिमुकल्या जगातला तो शेवटचा आनंद, तो आनंद– जाऊ दे या एकच प्याल्यात! (दारू पितो.) वेड्या, आता वाईट वाटून घेण्याचं काही कारण नाही. इतका वेळ मी ब्रह्मज्ञानाच्या गोष्टी सांगितल्या म्हणून अजाण जीवा, तुला थोडीशी आशा का वाटू लागली आहे! माझं हे ब्रह्मज्ञान पश्चात्तापाचं नाही; ते विषारी निराशेचं आहे. माझ्या दारुबाज आयुष्यातली ही तिसरी प्रलयावस्था आहे. पहिल्या अवस्थेत मनुष्य दारूला सोडीत नाही, दुसऱ्या अवस्थेत दारू मनुष्याला सोडीत नाही, आणि तिसऱ्या अवस्थेत दोघेही एकमेकांना सोडीत नाहीत. या अवस्थेत दारु आणि मनुष्य यांचा इतका एकजीव झालेला असतो की, जीव जाईपर्यंत त्यांचा वियोग होत नाही. अष्टौप्रहर दारुच्या धुंदीत पडला असता त्या धुंदीच्या गुंगीतच एखादा रोग बळावल्यामुळं म्हण, एखाद्या मानसिक आघातामुळं म्हण, किंवा आकस्मिक अपघातामुळं म्हण; त्याचा एकदाच निकाल लागतो आणि तो निकाल जवळ आणण्यासाठी अशी भराभर दारु घेत बसणं, एवढंच या जगात माझं काम आहे. हा एक– आणखी एक– बस्स– आणखी एकच प्याला !

(पुन्हा भराभर पितो.)

◆ ◆ ◆

३१. भावबंधन / (लतिका)

लतिका : (स्वगत) घनश्यामांच्या पायावर डोके ठेवणे हेच औषध काय ते माझ्या कपाळी आहे. घनश्यामांना मी बोलवायला पाठविले खरे, पण हे कडू जहर औषध माझ्याच्याने घेववेल का? पण आता नाही म्हणून कसे चालेल? सुस्थितीतल्या उन्मादातील बडबड या कालकूट औषधाखेरीज कमी व्हायची नाही. कोणत्या प्रसंगात येऊन पडले ही मी! दीन अनाथासारखे घनश्यामांना शरण जायचे? सारा स्वाभिमान सोडून– पण हा कसला स्वाभिमान! ज्या स्वाभिमानाने स्वत:ची उन्नती होण्याऐवजी आसपासच्या जीवांची तिसऱ्याच्या हाती पायमल्ली होते तो कसला स्वाभिमान! शहाणपणाची दिवटी पाजळण्याच्या भरात सर्वांच्या सुखाला आग लावली, आणि लाडक्या जीवांना आच मात्र लावली! जळो तो माझा स्वाभिमान आणि जळो ती बुद्धिमत्ता! माझ्या बुद्धिमत्तेमुळे प्रियजनांवर संकटे आली! ही लतिका सर्वांच्या दु:खाला कारणीभूत झाली! अभिमानी लतिके, दुसऱ्यांचे जीव तुझ्यामुळे पिळवटून निघत असताही मनाचा पीळ उलगडून तुला तुझा निर्जीव स्वाभिमान सोडता येऊ नये का? इतकीसुद्धा उदारता तुझ्या ठिकाणी नाही का? नाही हा भलता स्वाभिमान सोडून दिला! माझ्या जिभेला प्रायश्चित्त हे मिळालेच पाहिजे. लतिका स्वत:च्या सुखासाठी काही स्वाभिमान सोडीत नाही. स्वत:च्या जिवाच्या भीतीने अशी गाईसारखी गरीब झाली नाही, तर केवळ माझ्या बोलण्यामुळे दुखावलेल्या जीवांना संकटमुक्त करण्यासाठी, माझ्या उद्दामपणामुळे सालस निर्दोष प्रियजनांवर आलेली आपत्ती टाळण्यासाठीच मी स्वाभिमान सोडून घनश्यामांच्या चरणी देह अर्पण करायला तयार झाले, याच गोष्टीमुळे मला आनंद वाटायचा नाही का? या कल्पनेमुळेच मला किती समाधान– किती आनंद वाटू लागला आहे! नुसता आनंदच नव्हे, तर मला या वेळी अभिमानाचा आनंद वाटत आहे! घनश्यामांशी विवाह करून– घनश्याम! घनश्याम! घनश्याम! ज्यांच्या नावाचासुद्धा मनोभावाने तिटकारा केला त्यांच्याच नावाने नटून पतिस्वरूपात परमेश्वर समजून त्यांची आजन्म पूजा तरी कशी करता येईल मला? त्यांचा मनोमन द्वेष करीत राहणे– पण स्त्रीधर्माला हे कसे शोभेल? नाही, तसा प्रसंग आलाच तर त्यांच्यावर प्रेम करायला,

भक्तिभावाने त्यांची पूजा करायला मला शिकले पाहिजे. लतिके, आपल्यामुळे दुसऱ्यांना दु:खात पाडण्यापेक्षा आपणच दु:खद्वेष पोटात गिळायला तयार होणे बरे नाही काय? देवा, देवापितरांच्या साक्षीने लग्नाची माळ गळ्यात घालताक्षणीच पहिल्या तरळ स्पर्शामुळे माझ्या हृदयाला एकदम धक्का बसू दे की, त्यासरशी साऱ्या गेल्या गोष्टींची आठवण नाहीशी होईल. आणि पुन: डोळे उघडताच मला घनश्यामांच्या मूर्तींच्या ठिकाणी, देवा, तुझी प्रेमस्वरूप मूर्तीच दिसू लागेल.

(राग –बिहाग, ताल – पंजाबी)

सकल चराचरि या तुझा असे निवास ॥ ध्रु० ॥
पाषाणाच्या अससि जरी मूर्तिमधी । उपलहृदयी वससि खास ॥ १ ॥

◆ ◆ ◆

३२. भावबंधन / (घनश्याम)

घनश्याम : (स्वगत) कल्पनेने खेळ बसवला, आणि तसा होतही चालला आहे. महेश्वराने काम मात्र चोख बजाविले खरे! मला फार धास्ती होती की, या फटिंगाच्या हातून एवढे जबाबदारीचे काम कसे उरकेल म्हणून! बस झाला हा खड्डा! या संध्याकाळच्या वेळी या स्मशानात अशा अवताराने वावरताना मला कोणी पाहिले तर छाती हबकून जाईल बघणाराची! वस्तुत: हे कागद या स्मशानात आणून दडविण्याचे तितके कारण नव्हते; पण या कागदाचे रहस्य या महेश्वराला माहीत आहे, तो कदाचित या बाबतीत दुखावला जाण्याचा संभव आहे; आणि असे झाले म्हणजे न जाणो तो हे कागद हुडकायच्या नादाला लागायचा. आजच काही त्याला माझ्या घरी मज्जाव करता येत नाही तेव्हा इथेच हे कागद पुरून ठेवले म्हणजे भीतीमुळे महेश्वर स्मशानात यायची भीती बाळगायला नको! त्यातल्या त्यात मुले पुरण्याच्या बाजूच्या विरुद्धची ही स्मशानाची बाजू तर फारच भयाण आहे! या बाजूची ही पडकी भिंताडे, हे भेसूर वृक्ष, सारे काही पिशाच्चांनी पछाडल्यासारखे दिसते आहे! अश्रूंच्या सिंचनाने पोसलेल्या आणि दु:खनि:श्वासांनीच हलणाऱ्या या स्मशानवृक्षांना आनंद म्हणून काय पदार्थ आहे याची जाणीव तरी असेल का? एखाद्या मत्सरी मनुष्याला सूडाच्या त्वेषाने भारलेल्या दुबळ्या देहाच्या राखेवर बसून सैतानी समाधानाने हसतानाच काय तो या वृक्षांनी पाहिलेला असेल! दु:खाचे मात्र यांना काहीच वाटत नसेल! पाहा, किती संथपणाने हे वृक्ष त्या जळत्या चितेकडे पाहत आहेत! तेच आम्हा जित्या जीवांना या चितेकडे पाहताच काय वाटते? त्या प्रेतदेहापेक्षा आमच्या मनालाच या चिताग्नीचा जास्त चरका बसत असतो. केवढा का कर्तबगार प्राणी असेना, शेवटी सरणावर भाजून निघण्याचे मरण काही त्याला टळत नाही. लाकडांच्या शेजेवर गोवऱ्यांच्या गिरद्या रचून, थंडगार पडलेल्या अंगावर आगीची भरजरी शाल पांघरून मलाही कधी तरी या उघड्या रंगमहालात काळझोप घ्यावी लागणारच! वा:! काय भलत्या कल्पनांचे काहूर उत्पन्न झाले! हृदयाची क्रिया बंद पडल्यामुळे एका क्षणाची आगाऊ सूचना दिल्यावाचून तडकाफडकी जगाची भाडोत्री वस्ती सोडून जाणाऱ्या जीवाच्या प्रेतासाठी सरलेले सरण ढाळताना नीट करीत करीत सुद्धा काही लोक चिरंजीवांच्या संघटित सामर्थ्याने इमलेइमारती बांधण्याचा बेत

करतात, तर लतिकेच्या शृंगारमंदिराचा हा पाया खणीत असताना मी तितक्याच वेडेपणाने या उघड्या रंगमहालातल्या अखेर झोपेचे स्मशानवैराग्य मनात आणीत आहे! तूर्त या विचारावाचून काही अडलेले नाही. मधाचा तो हिरवा दगड कुठे पडला? ठीक, आता हा धुंडिराजाचा कबुलीजबाब, धनेश्वराचे हे खोटे कागद आणि माझी ही रोजनिशी ठेवावी या डब्यात! हो. पण हे कागद माझ्या हाती आहेत. याची धनेश्वराला साक्ष पटवून देण्यासाठी ही एखादी खोटी हुंडी विसारादाखल जवळ ठेवलेली बरी! (एक कागद खिशात ठेवतो व बाकीचे डब्यात ठेवतो.) वा: या एवढ्याशा जस्ती डब्यात दोन थेरडे, दोन तरुण आणि दोन पोरी इतक्या जणांची कमनशिबे कोंबून भरलेली आहेत! आता याची समाधी बांधून मोकळे व्हावे. (खड्डयात डबा पुरतो.) आता हा हिरवा दगड अर्धवट पुरून ठेवावा यात; म्हणजे हजारो दगडांच्या या माळरानात या जागेची खूण पटायला केव्हाही हरकत नाही. बस, झाले हे काम व्यवस्थेशीर. आता धनेश्वराकडे जाऊन मोकळ्या मनाने लतिकेबद्दल मागणी. त्याचप्रमाणे लवकरच महेश्वराला त्या घरातून बाहेर काढला पाहिजे. नाही तर बेवकूफपणाने तो भलतेच करून बसायचा! परमेश्वराने त्याला डोके दिलेले आहे ते उपयोगासाठी नसून केवळ मनुष्यदेहाची परंपरा संभाळावी म्हणूनच! चला, हिरव्या दगडाची ही ठळक खूण असल्यावर या जागेच्या जास्त खाणाखुणा बारकाईने पाहत बसण्याची काही जरुर नाही (जातो.)

◆ ◆ ◆

३३. एक शून्य बाजीराव / (गौरी)

गौरी : हे आणखीन किती वर्षं चालणार आहे कोण जाणे! ही नाटकं, ही नाटकांतली भाषणं. सगळं शरीर अगदी कडूजार होऊन गेलंय. रक्ताचा थेंबन् थेंब उकळतोय नुस्ता. पापाचा किळसवाणा वास मारतोय त्याला. पाप! एवढं मोठं थोरामोठ्यांचं घर सोडून या रंगाच्या ओढीनं या नाटकाच्या मृगजळात उतरले मी. इथल्या रंगीबेरंगी लाटा–लहरींत शरीरावरची वस्त्रं भिजून चिंब झाली. पहिल्यापहिल्यानं वाटलं, शरीराचं एक मधुर स्वप्न झालंय. शरीर म्हणजे... शरीर म्हणजे एक रंगांच्या पर्जन्यधारांत भिजून बहरलेला मोराचा पिसाराच जसा काही. ही कल्पनासुद्धा किती... पण– पण माझी नव्हे. ही कल्पनाही त्या बाजीरावाचीच. बाजीराव, हे तुझे शब्द अगदी जसेच्या तसे राहिलेत. पण...(वेगळ्याच विचित्र मन:स्थितीत उभी. डोळ्यांसमोर कुणीतरी शिर तुटलेला माणूस उभा आहे अशा नजरेने पाहतेय.) तू? तूच तो. तुझी ती महाभयंकर मिठी. एखाद्या जंगली श्वापदासारखी– किळसवाणी तऱ्हा. हजारो नखंच फक्त सर्पाच्या फण्यासारखी माझ्यातलं स्वत्व शोषत होती. बाई गं! शी! (त्या मन:स्थितीतून सुटण्याचा प्रयत्न) रोग– त्या दिवसापासून मी टाळतेय त्याला. भिऊन पळतेय...पळत्येय सारखी.अंगावर नाना तऱ्हेचे रंग फासून नाटक करतेय पण त्या रंगाच्या घरकुलात लपायला जागा कुठं आहे! हे रंगसुद्धा किती फसवे!...लोकांना काय हवंय कोण जाणे! नुसती रंगानं दाटून निघालेली एक बाहुली, हवी तशी नाचणारी, भाषणं पाठ म्हणणारी, सुरेख अभिनय करणारी बाहुली. या बाहुलीचं अंग सुटून चालणार नाही. नको. पुरे झालं हे सगळं. या सगळ्यांचा ताण असह्य होतोय. अरे, माझ्याकडे मी एक स्त्री आहे म्हणून कुणी तरी पाहा ना! मीही आई झाले असते. माझंही एक घर असणार होतं. त्यातला राजा शूर, रुबाबदार. (मग्न होऊन पाहत राहते.) सगळ्या जगावर माझ्यावर सत्ता गाजवणारा राजा! त्याची नजर एखाद्या नंग्या तरवारीच्या पात्यासारखी लखाखती. त्याचा आवाज दऱ्याखोऱ्यांतून प्रचंड पडसाद उठवीत जाणारा तो श्यामवर्णी घोडीवर बसून येतोय, मला एखाद्या हलक्या पिसासारखी पटकन उचलून निघून जातोय. मी माझी राहतच नाहीय. फक्त त्याची...(खिन्नपणे हसते.) हूं:! एक स्वप्न! बहारातलं

एक दिवास्वप्न! अजूनही ते चित्र दिसत असतं. दैवानं उगीच टांगून ठेवलंय ते या रंगहीन आयुष्याच्या घरकुलात. त्या वेळी तासन् तास बघत बसायची मी ते चित्र. पण तो बहर कोमेजत चाललाय आता.या देहावर सावली पडलीय ती एका कळाहीन जनावराची. काळोखाचे तीक्ष्ण पंजे उठलेत या देहावर. कोण रक्षण करणार आहे माझं? या शरीराचा बहर एक दिवस गळून पडेल आणि मग मी— मला या लाकडी रंगभूमीवरसुद्धा उभं राहता येणार नाही.बेढव शरीरावर रंगांनाही आपली जादूगिरी करता येणार नाही. आजवर अंगारवरचे रंग भुंग्यासारखे डसत असताना, लोकांनी दिलेल्या टाळ्यांवर तरंगत राहिले. मनातला पश्चात्ताप मनात ठेवला— या रंगावरसुद्धा मला प्रेम करता आलं नाही. पण यापुढं कोण रक्षण करणार आहे माझं? (हातातील डबीकडे लक्ष जाते.) हे विष. कुंकू टिकावं म्हणून आम्ही बायका त्यामागं मेण लावतो तसंच हेसुद्धा. हे नाटक टिकविण्यासाठी आजपासून हे बाळगणार आहे. बाजीरावाहून मोलाचं. माझं रक्षण करायला कुणीसुद्धा येणार नाही. मला माहीत आहे... एका बाजीरावाशिवाय— (भेदरते) नाही, नाही, तशीच पाळी आली तर कुठल्याही क्षणी मी हे घेऊन आयुष्य संपवून टाकणार आहे. (थकून बसते. डबी मुठीत गच्च ठेवते.) आता पुन्हा रंगलं पाहिजे. ते ते थंडगार, शिळे-पारोसे रंग चोपडून चेहरा वेडावाकडा केला पाहिजे...

३४. एक शून्य बाजीराव / (बाजीराव)

बाजीराव : लारीला लारीला ऽ ऽ ला ऽ ऽ लारीला ऽ ऽ लारी ऽ ऽ ला ऽ ऽ हरी ऽ ऽ हरी ऽ ऽ हरीला ऽ ऽ दोघेही बेटे पळाले! चामडी बचावणं हे त्यांचं परम कर्तव्य आहे. पोरे हो! आम्ही तुम्हांसी ओळखिले. आम्ही तुमचे बारुसे जेविलो. पोरे हो! तुम्ही राहा हातूपायू तुमचे सुखी पसरुनी. आम्ही राहावे आमुचे सुखी. एकीनं तर आमचं नाटकच पळवलं. वांझेनं मूल पळविलं तरी ती वांझच राहिली... त्यात तियेचा काय दोषू! तर दोषू नसे. आमुच्या कर्मी नसे! (कान लावून ऐकतो.) ऑ? हा रडण्याचा आवाज कुठून येतोय? ओहो ऽ ऽ माझं छकुलं ते! माझं नाटक! उगी उगी माझ्या छकुल्या नाटका, उगी राहा बाळा. तुझ्या पायात बांधीन सोन्याचा चाळा! उगी! माझं छकुलं नाटक रडतंय! आईचा वास आला होय रे! अरे, या सगळ्या जगाला आईचा वास आहे... आलो, आलो माझ्या बाळा! (अत्यंत गंभीर होऊन हातातल्या व्हायोलिन केसकडे पाहत) ही स्वरांची शवपेटी कोठे ठेवू?(आत्म्याला फोन करण्याचा अभिनय) हॅलो! माय डियर आत्म्या, हॅलो ऽ ऽ अं. लाइन एंगेज्ड. लाइनवर कुणी तरी बोलतंय. आवाज गौरीचा. आत्म्याचं आणि तिचं संभाषण चाललंय, त्यांचा हा खाजगी संवाद चोरून ऐकणं बरं नव्हे! ही स्वरांची शवपेटी कुठं ठेवावी बरं! (हातातल्या व्हायोलिन केसकडे पाहतो. पेटी खाली ठेवतो.) उगी, उगी बाळा, छकुल्या नाटका, उगी उगी. थांब हं! मी तुला आता काठीचा खेळ करून दाखवितो. (बसतो उकिडवा. काठी आधाराशिवाय उभी करण्याचा प्रयत्न करतो.) काठी गं ऽ उभी राहा. उभी राहा. राहा उभी! राहा गं बाई! उभी राहा. हट्ट करून कसं चालेल? (दंडवते येतात.) अं? हट्ट करून कसं चालेल? तू आपली उभी राहा! राहा ना! नाही म्हणतेस? तुला भोवरा देईन. गाडी देईन, घोडा देईन, भावला– भावली देईन! कापड, लुगडं, चोळी– सगळं काही देईन! उभी राहा! हट्ट... हट्ट करुन कसं चालेल! रामाचा हट्ट चालेल! धोंड्याचा हट्ट चालेल! गौरीचा हट्ट चालेल! चिंगीचा, कमळीचा, यमीचा, कमीचा सगळ्यांचा हट्ट चालेल! तुझा नाही चालणार! काय म्हणालीस? मी का आता लहान आहे? हो, तर काय? तुला अजून नीट उभंही राहता

येत नाही. लहान नाही म्हणे! केवढी लागून गेलीय! अगं, तुला पाहायला आलेत बाहेर! त्यांचा खोळंबा होतोय. उभी राहा!

(काठी सारखी सारखी पडते. बाजीराव तिला उभा करण्याचा प्रयत्न करतो.)

काठुबाई! उभी राहा! सांगून टाकतोय शेवटचं! हा ऽ ऽ ऽ उभी राहा! बोल चोप हवा की चॉकलेट? (दोघांचा झगडा आता रंगात येतो.) आकाश–पाताळ, समुद्रपृथ्वी, देवदानव, तारेवारे, अमृतविष, स्त्रीपुरुष, उंदीरमांजर, एकत्र बांधीन. तुझ्यासमोर आणीन. कोठे तू काठी! मी साडेतीन हाती! काठे ऽ ऽ (गर्जना.) तुझ्याशी एक प्रचंड युद्ध पुकारीन! युद्ध एक पॅनोरॅमिक युद्ध! काठे ऽ ऽ (काठीबरोबर बाजीरावचा प्रचंड झगडा होतो. बाजीराव कोसळतो.)

३५. नटसम्राट / (म्हातारा)

म्हातारा : माफ करा, रसिक मित्रांनो, माफ करा. आपल्याला बरंच ताटकळत बसावं लागलं याची जाणीव आहे मला. माफ करा, माझा अगदी नाइलाज झाला. खरं म्हणजे वक्तशीरपणा आमच्या अंगात अगदी नाटकाइतकाच भिनलेला आहे. आपल्याला ठाऊक असेल, आमच्या कंपनीची शिस्त अशी होती की, तिसरी घंटा नऊ वाजता व्हायची म्हणजे नऊ वाजता. एकवीस वर्षे कंपनीच्या नाटकाचा पडदा वर गेला तो बरोबर आठ वाजून साठ मिनिटांनीच. एकसष्ठावं मिनिट त्या पडद्यानं वर जाताना कधी घड्याळात बघितलं नाही. (एकदम स्वत:शी) माझं घड्याळ कुठं गेलं ? (खिसे चाचपून एक सोनेरी हातघड्याळ बाहेर काढतो.) गणपतराव जोश्यांनी हे घड्याळ माझ्या हातात बांधलं होतं– नागपूरला आमच्या हॅम्लेटचा गौरव झाला तेव्हा. सारखं जवळ ठेवावं लागतं. आपली समजूत रुतून बसली आहे मनात, हे घड्याळ चालू आहे तोपर्यंत सारं काही चालणार आहे. (घड्याळ पाहून) मान्य आहे. पंधरा मिनिटं उशीर झाला.(घड्याळ खिशात ठेवून) ठीक आहे. आजपर्यंत आपण मला सांभाळून घेतलंत त्याचप्रमाणे आजही घ्याल असा मला विश्वास वाटतो.

रसिक मित्रांनो,– नाही, आमच्या नारायणरावांप्रमाणे मी आपल्याला मायबाप, अन्नदाते वगैरे म्हणणार नाही. नारायणरावांच्या लडिवाळ प्रतिमेला ते साजून दिसे. नारायणराव म्हणजे रंगभूमीवरील एक अपूर्व घटना, फुटलाईटच्या प्रकाशात उगवलेलं इंद्रधनुष्य, सुगंध असलेला स्वर आणि स्वर असलेलं चांदणं. पण आमच्यासारखे नट म्हणजे खडकासारखे ओबडधोबड आणि पावसाळी ढगांप्रमाणे गडगडणारे. आमची अशी सलगी आपल्यालाही फारशी पसंत पडायची नाही. आणि माफ करा, इतकं नम्र होणं मला आवडत नाही. आपण माझ्यावर प्रेम केलं आहे. पण हे प्रेम आपण माझ्या कटोऱ्यात भिक्षा म्हणून घातलं आहे का ? नाही– आपलं प्रेम मी जिंकलेलं आहे. चाळीस वर्षे रोज रात्री प्राण पणाला लावून जिंकलं आहे ते. गणपतराव बेलवलकर फार अहंकारी आहे असं लोक म्हणतात. म्हणू देत. वयाच्या पंधराव्या वर्षी घराच्या चारी भिंती चार बाजूंना कोसळून पडल्या. डोक्यावर आकाशाचं छप्पर दिसायला लागलं. सराई नसलेल्या वाळवंटातून वाटचाल करायला लागलो. पायाला जाळीत होती जमीन आणि मस्तकाला

जाळीत होतं आकाश. पण अदृश्यातून कोणी तरी गुराख्यासारखं मला सतत हाकारीत होतं. केव्हा अंजारूनगोंजारून तर केव्हा चाबकाचे फटकारे मारून, या जळत्या प्रवासातच केव्हा तरी साक्षात्कार झाला की आपल्याला जगायचं आहे ते रंगभूमीवर आणि रंगभूमीसाठी. चाळीस वर्षांपूर्वी हुजऱ्याची शिंदेशाही पगडी घालून रंगमंचावर प्रवेश केला. पुढचा सारा तपशील सांगत नाही– मला आठवतही नाही. एवढं खरं की मी किनारा गाठला. गणपतरावांची शाबासकी मिळविली, लोकमान्यांचे आशीर्वाद मिळवले, आपल्यासारख्या रसिकांचे प्रेम मिळवलं. नटाला जे हवं असतं ते सारं या गणपतराव बेलवलकरानं मिळवलं आहे. या संतोषाला केव्हा अहंकाराची धार आली तर आपण क्षमा करायला हवी. आणि खरं सांगू ? म्हातारपणात थोडासा अहंकार हवाच माणसाजवळ. भोवतालची पोकळी भरून काढता येते. परवा बसनं कुठे तरी जात होतो. लांबच लांब रांग, शेवटी आमचा नंबर लागला. पण बस एखाद्या बाजिंद्या बाईसारखी कुर्‍यातच आली. उभे राहून राहून पायाला मुंग्या आल्या होत्या. बस थांबली, पण पाय गधडे जागचे हलेनात, हातातल्या पिशव्या सांभाळीत पाय फरफटत पुढे चाललो; पण बस थांबते कशाला? माझ्या म्हातारणाला वाकुल्या दाखवून ती पुढे धावायला लागली. तोऱ्यामध्ये 'टाईम ॲन्ड टाइड वेट फॉर नोबडी'. बसचंही तसंच आहे. पण तेवढ्यात गंमत झाली. खाडकन ब्रेक लागले. बस थांबली. माझ्याकडे अकारण शत्रुत्वानं पाहत गेलेला तो कंडक्टर खाली उतरला आणि माझ्याकडे धावत आला. मला वाटलं आपल्याकडून काही तरी कायदेभंग घडला. हा चौकीवर घेऊन जाणार आपल्याला. तेवढ्यात– मित्रांनो,– त्या कंडक्टरने माझे हात धरले आणि आमचं गाठोडं मोठ्या काट्याकाळजीनं बसमध्ये नेऊन पोचवलं. आणि जाताना– म्हणतो कसा बिलंदर– माफ करा, आपण आप्पासाहेब बेलवलकर, लक्षात आलं नाही अगोदर. अशी माणसं भेटतात. फरपटणाऱ्या पायांचं, अडखळणाऱ्या जिभेचं, थरथरणाऱ्या हाताचं जरा विस्मरण होतं. म्हातारपणाच्या पोकळीत अहंकाराची घंटा घणघणते आणि सांगते, तूही कोणी तरी आहेस; पण रसिक बंधुभगिनींनो, आपल्या पायाशी मात्र मी लीन आहे. याच ठिकाणी मी पाहिली आहे माझी पंढरी आणि काशी आपणच माझा पुतळा घडवला आहे, ही संतोषाची जहागीर आपणच मला दिली आहे. आणि आज तर आपण आपल्या प्रेमाची परिसीमा केली आहे. मला अडगळीतून पुन्हा बाहेर काढलंत आणि आज सत्काराच्या निमित्तानं आपल्या चिरंतन स्नेहाची ही तीन चांदांची सरदारकी आपण

मला बहाल केलीत. गळ्यात पुष्पहारांची ही प्रचंड रास घातलीत, 'नटसम्राट' या पदवीनं
माझा गौरव केलात आणि चाळीस हजारांची ही भरभक्कम थैली माझ्या हातात दिलीत.
महान नाटककारांची भाषा माझ्या खजिन्यात संग्रही आहे. शब्द– डोंगरासारखे शब्द,
समुद्रासारखे शब्द, आभाळासारखे, वणव्यासारखे, पाखरांसारखे, फुलासारखे मुलायम–
सारे या क्षणाला निकामी झाले आहेत. आपण जाणून घ्यावं एवढीच विनंती आहे.

...सफल आणि समाधानी म्हातारपण म्हणजे गुलबकावलीचं फूल. मला
मिळालं आहे ते. दोन पोरींच्या रूपानं सारं जग सापासारखं उलटल्यावर राजा लिअर
काय म्हणाला होता– आठवतंय? (उठतो आणि लिअरच्या आविर्भावात म्हणतो:)

—— हे स्वर्गस्थ शक्तींनो,
द्या खडकाची अभेद्यता माझ्या मनाला
मला हवं आहे सामर्थ्य सहन करण्याचं
फक्त सहन करण्याचं.
वयानं आणि व्यथेनं लक्तरलेला हा थेरडा
उभा राहिला आहे हे दैवतांनो,
आक्रोश करीत तुमच्या दाराशी,
त्याला दान करा फक्त सहनशीलतेचं.
जर तुम्हीच ओतलं असेल कृतघ्नतेचं जहर
या कारट्यांच्या काळजामध्ये
तर करू नका माझी कुचेष्टा
मला लाचार करून
त्यांच्यासमोर.
पेटून उठू द्या माझं अंत:करण ऊर्जस्वल क्रोधानं
लांछित करू नका माझी मर्दानी नजर
जनानी शस्त्रांनी, आसवांच्या थेंबांनी.
नाही, बेमुर्वत सटव्यांनो मी रडणार नाही.
मी घेईन असा अघोरी सूड
तुम्हा दोघींचाही
की थरकाप होईल साऱ्या पृथ्वीचा

मला आज न कळणाऱ्या त्या कृत्यानं.
तुम्हाला वाटत असेल, मी रडेन
पण कारण असलं तरी नाही– नाही
मी रडणार नाही
होतील माझ्या या छातीच्या सहस्त्रावधी चिंधड्या
अश्रूंचा एक थेंब ओघळण्यापूर्वी
विदूषका! मी भ्रमिष्ट होईन.

(शिणल्याप्रमाणे क्षणभर गलितगात्र होऊन खुर्चीला धरतो. नंतर खुर्चीवर बसून स्वत:शी थोडा हसतो. मग प्रेक्षकांकडे पाहून) मी आमच्या वासुदेवराव केळकरांना म्हटलं,– वासुदेवराव म्हणजे शेक्सपीअरचे महाअभिमानी आणि व्यासंगी– मी म्हटलं, प्रोफेसरसाहेब तुमचा हा शेक्सपीअर नाटककार नाही. नुसता, सैतान आहे. दु:खाची लागवड करणारा. वासुदेवराव फक्त हसले आणि म्हणाले, समजेल. पुढे मला समजलंही. लिअरचे काम करताना अनेक म्हाताऱ्यांचे चेहरे, भकास चेहरे मला दिसायचे. ते रडत नव्हते. रडायची ती तरणीताठी मंडळी पण हे म्हातारे नुसते जागच्याजागी फुटत होते– वरवंट्याखाली घातल्याप्रमाणे – आणि त्या फुटक्या नजरेतून बाहेर पडणारी भयाची जळमटं स्टेजवर येऊन माझ्या शरीरात शिरायचा प्रयत्न करीत होती. मी हजारात शिरत होतो आणि हजार माझ्यात शिरत होते. हे कसब शैतानाचं नाही, देवाचं नाही, फक्त नाटककाराचं. (थोडासा हसतो.) पण दोस्तांनो, खरं सांगू? दु:खाप्रमाणे सुखाचा बोजादेखील म्हाताऱ्या मस्तकाला सहन होत नाही. आणि म्हणूनच माझं सुखं, माझं सर्वस्व आज वाटून टाकायचं ठरवलं आहे, माझ्या दोन कोकरांना. माझं सुख, माझी मालमत्ता, माझा सन्मान, आपण आज दिलेली ही थैली, सारं काही. (बाजूला वळून कोणाशी तरी बोलत असल्याप्रमाणे) नाही, नाही. वकीलसाहेब, शंका घ्यायचं कारण नाही. अहो याच वडाच्या फांद्या आहेत त्या. फार सरळ, सालस आणि गोड पाडसं आहेत माझी! (ओरडून) मी सांगतो यात अक्षराचा बदल व्हायचा नाही. माझ्या इच्छेप्रमाणे सारं काही व्हायला पाहिजे. (प्रेक्षकांकडे) हे वकील म्हणजे सगळे संशयाबादचे रहिवासी! आमचे गडकरी मास्तर त्यांना शंकासुर म्हणायचे ते उगीच नाही. अहो, माझी पोरं म्हणजे मोगऱ्याच्या कळ्या आहेत नुसत्या. आणि मी त्यांना वाढविलही फुलांसारखंच. केल्यासवरल्याचं बापानं बोलू नये; पण तुम्हांला म्हणून सांगतो, मी

रुपयांच्या अंघोळी घातल्या त्यांना. अर्ध आयुष्य गेल्यावर चार पैसे कनवटीला लागले आणि त्याच वेळी या पोरांनी घराचं गोकुळ केलं. आमची बायको– मी सरकार म्हणतो त्यांना– तेही एक प्रकरणच आहे. नाटकाचा प्रयोग झाला की मीठमोहऱ्यांनी माझी दृष्ट काढीत असे. अगदी साठीत शिरल्यावरसुद्धा. नाटक संपल्यावर पहाटे माझं जेवण, तर हिचं जेवण माझ्याही नंतर. उपासतापास तर इतकी करते की, बाई जिवंत कशी राहते याचं नवल वाटतं. लग्नाच्या जुगारखान्यात अशी बाई हाती लागणं हे भाग्य. नाटकाच्या पडत्या काळात वनवास पत्करावा लागला आम्हा दोघांना. पण पोरांची कधी आबाळ झाली नाही. आणि त्या कार्ट्यांनीही चीज केलं शेवटी. अहो, नाही तर नटाची पोरं कंपनीच्या हार्मोनिअमप्रमाणं शेवटी रस्त्यावर यायची! आमच्या सदाशिवरावाचं काय झालं शेवटी? चार पोरं चार दिशांना निघून गेली उधळलेल्या बैलांसारखी. पण माझा नंद्या आणि माझी नली मात्र– (बाजूला वळून हाक मारतो.) नंद्या, ए नंद्या– (आतून:- आलो हो आप्पा. आलो.) सून जावईही अशीच मिळाली आहेत की जणू आमच्या अंगणात उगवली ती. ही पोरं आजूबाजूला बसली की अगदी रामपंचायतन घडल्यासारखं वाटतं.

(नंदा येतो. हे सर्व स्मृतीतील असल्याने यापुढे येणाऱ्या सर्व पात्रांच्या हालचाली अस्वाभाविक, काहीशा कळसूत्री बाहुल्यांसारख्या दिसतात. नंदा येतो आणि सस्मित मुद्रेने खाली मान घालून जवळ उभा राहतो.)

◆ ◆ ◆

३६. नटसम्राट / (आप्पा)

आप्पा : (गातात)

अडगुलं मडगुलं
सोन्याचं कडगुलं
मखमली पायात
रुपेरी वाळा
अशा या पावसात
वादळवाऱ्यात
कुठे रे लाडक्या
जातोस बाळा!
आभाळ गर्जते
बिजली नाचते
नदीच्या डोहात
कालिया काळा
शपथ गळ्याची
नको रे, नको रे
बाहेर जाऊस
लाडक्या बाळा!

(गाणे अर्धवट सोडून क्षणभर थांबतात. नंतर भोवतालच्या झाडाझुडपाकडे आणि आकाशाकडे पाहून एखाद्या फेरीवाल्यासारखे ओरडतात.)

आप्पा :

कुणी घर देता का घर
एका तुफानाला
कुणी घर देता का घर?
एक तुफान भिंतीवाचून छपरावाचून
माणसाच्या मायेवाचून देवाच्या दयेवाचून
जंगला जंगलात हिंडते आहे
जेथून कोणी उठवणार नाही
अशी जागा धुंडते आहे—
कुणी घर देता का घर!
खरंच सांगतो बाबांनो,

तुफान आता थकून गेलंय
झाडाझुडपात डोंगरदऱ्यात
अर्धअधिक तुटून गेलंय
समुद्राच्या लाटांवरती
वणव्याच्या जाळावरती
झेप झुंजा घेऊन घेऊन
तुफान आता खचलं आहे.
जळके तुटके पंख पालवीत
खुरडत खुरडत उडतं आहे.
खरं सांगतो बाबांनो,
तुफानाला तुफानपणच
नडतं आहे——
कुणी घर देता का घर
तुफानाला महाल नको
राजवाड्याचा सेट नको
पदवी नको हार नको
थैलीमधली भेट नको
एक हवं लहान घर
पंख मिटून पडण्यासाठी
एक हवी आरामखुर्ची
तुफानाला बसण्यासाठी
आणि विसरू नका बाबांनो,
एक तुळशीवृंदावन हवं
मागच्या अंगणात सरकारसाठी
सरकार– (रडू लागतो)
सरकार—

(दगडावर जाऊन बसतो. रडणे अकस्मात थांबते. खिशातून एक कागदाचा पुडा काढतात आणि त्यातून काही खातात. हे सर्व होत असताना दोन तीन खेडूत माणसं त्यांच्याकडं पाहत जातात.

एक शेतकरी व त्याची बायको डोक्यावर पाट्या घेऊन येतात. जरा पुढे जाऊन कुजबुजतात व परत माघारी येतात.)

◆   ◆   ◆

३७. हिमालयाची सावली / (बयो)

बयो : पुरुषा, मेल्या ऽ ऽ, गाव सोडून आपण पर्वतीच्या पायथ्याशी रानात आश्रमामध्ये राहायला गेलो ते दिवस तुला कोठून आठवणार! जगू, तुला आठवतंय का– हा पुरुषा लुटूलुटू चालत, धबाधब पडत, त्या वेळी भरारा हिंडायचा, तेव्हा घरात काम करताकरताच संभाळ केलाय ना मी त्याचा? त्यावेळी तुम्हा मुलांना संभाळलं. आता त्यांना जपेन हो मी. अरे, आपल्या आपण आपली पावलं टाकू शकतो याचा आनंद केवढा असतो ते कळायला, मेल्यांनो, लहान मूल तरी व्हावं लागतं, नाही तर यांच्यासारखं अपंगावस्थेतलं म्हातारपण तरी यावं लागतं, (बोलता बोलता दाराशी जाऊन पहात) नाही नाही. मी येत नाही. पण भिंतीला धरा आणि पाय उचलून टाका. अस्सं. (डोळे टिपत माघारी फिरत) पुरुषा, जगू, तुम्हांला त्या काळी खूप खूप सोसावं लागलं, भोगावं लागलं हे काय मला ठाऊक नाही! (आत पहात) हळू ऽ हळू ऽ ऽ सावकाश...(थबकून) तर तुमच्यासाठी प्रत्येक वेळी मी त्यांच्याशी किती भांड भांड भांडले ते आठवा बरं. त्यात काही चुकलं नाही माझं. तशी वेळ येईल तर अजूनदेखील भांडेन हो. अरे, पक्षिणीला काळजी आपल्या घरातल्या पिलांची, नाही का? तरी पण एक सांगू का रे मेल्यांनो? एक आई म्हणून मी जन्मभर यांच्यावर किती जरी चरफडले, आदळआपट केली तरी यांची बायको म्हणून माझा ऊर भरून यायचा...मला धन्यधन्य वाटायचं. खोटं नव्हे ऽ ऽ पण आता सांगते. त्या वेळी ते जसे बोलले, जसे वागले तसे बोलले नसते आणि तसे वागले नसते– तर माझ्या मनात त्यांचा रथ कधीच जमिनीला लागला असता. बघतोस काय असा? अरे, माझ्या सोन्या ऽ ऽ मान मोडून उंच आभाळात बघावं असा हिमालय पाहिला आहेस का रे तू कधी डोळ्यांनी? (स्मित करीत) कसा पाहशील! मीदेखील पाहिला नाही रे. आपण सगळेच उभे आहोत पायथ्याशी...सावलीत. वर दिसतंय फक्त आभाळ. शिखर कुठं दिसतच नाही. शिखरापर्यंत मुळी नजरच पोचत नाही.

◆   ◆   ◆

३८. चारचौघी – (विद्या)

अंक– १

प्रवेश चौथा

(रात्री दहा वाजण्याचा सुमार. विद्या पलंगावर पडली आहे. विनिता काहीतरी लिहीत बसलीय. आई वाचतेय. फोनची बेल वाजते, आई उठते आणि फोन घेते.)

आई : हॅलो, हॅलो; कोण?आशीष? काय म्हणतोस बाबा? मिनू कशी आहे? हो आहे. काही नाही, पडलीए, हो; मी बरी आहे. विद्या ऽ विद्या ऽ (हात लावून जागे करते) विद्या आशीषचा फोन आहे. (विद्या ताडकन दचकून उठते आणि क्षणभर विचार करते. नकळत केस नीट करत फोन घेते. आई पलंगावरच बसली आहे.)

विद्या : हॅलो.मी विद्या बोलतेय. नाही आवाज ओळखणार नाहीस असं नाही पण तरीही उगाचच नाव सांगितलं. काही नाही; पडले होते जरा. हो, जरा लवकरच पडले. नुसता विचार करीत बसण्यापेक्षा हल्ली मला झोपणं हे जास्त 'सेफ' वाटतं. मिनू काय करतेय? झोपली? एरवी मला बारा– बारा वाजेपर्यंत जागवायची. कशी आहे ती? हं...हं... आशीष तू काय मला मिनू किती आनंदात आहे आणि तिला माझी कशी काडीचीही आठवण येत नाही हे भासवायचा प्रयत्न करतोयस? (आई आत निघून जाते.) नाही. मी रागावले कुठं? तुझ्या बोलण्यात मला तसा वास आला एवढंच म्हणाले. मी? बरी आहे. बरी म्हणजे मी 'आहे'! आवाज थकल्यासारखा वाटतोय? तो थकलाच आहे. 'का' हा प्रश्न तूच मला विचारतोयस आशीष? अरे, मी सुखी वगैरे असल्याचं नाटक करणार नाही.निदान सध्या तरी मी त्या अवस्थेपर्यंत पोचलेली नाही. अजून सगळ्या जखमा ताज्या आहेत. भळाभळा वाहतायत. (विनिता आत जाते.) तू कसा आहेस हे मी तुला 'फॉरमल' कशाला विचारू? तू आनंदी राहावास म्हणून तर मी बाजूला झाले. आता फक्त मिनूला तुझ्याकडे ठेवण्याचं डोक्यातलं खूळ काढून टाक आणि पूर्णपणे स्वतंत्र हो आशीष. असा स्वत:वर अन्याय करू नकोस. मोकळा हो. बी अ फ्री बर्ड! माझी मिनू मला तेवढी देऊन टाक. बस्स. हो, मिनू आपल्या दोघांची आहे हे खरं आहे. अरे, हे कसं विसरेन मी? एवढ्या एकाच बाबतीत तर आपलं एकमत आहे. पण आता तुला गीता नावाचं खेळणं खेळायला मिळालंय आशीष. माझ्याकडे काय आहे? मी एकटी आहे रे. हो. हो. आई, बहिणी, वडील आहेत नं सगळे. त्या अर्थानं मी अजिबात एकटी नाही. त्यांना मी जडही नाही.

पण जो संसार मी गेली तीन वर्षं प्रामाणिकपणानं केलाय त्याचे काहीतरी रिटर्न्स मला दे. मी तुला काय दिलं? अरे, तुला स्वतंत्र नाही का केलं मी? त्याचा मोबदला म्हणून मला पोटगी नको, गोळा मागतेय मी माझा. आशीष. प्लीज. प्लीज खोटं बोलू नकोस माझ्याशी. आय रिक्वेस्ट यू. तुला माझी आठवण येते? रात्री बेचैन असतोस? अरे, हळू. कुणी ऐकेल रे. हं...हं...आशीष मी संयमानं ऐकतेय याचा गैरफायदा नको घेऊस. तू शिव्या हासड. माझ्या कुटुंबाचे काय वाभाडे काढायचेत ते पुन्हा काढ, पण असा प्रेमाचा खोटा आव आणू नकोस. काय झालं काय तुला? अरे आशीष, मी एक बिनबुडाच्या असंस्कृत घरातली एक माजोरडी मुलगी! विसरलास? हं.. पण मी आता घरी परतावं अशी कोणती स्थिती निर्माण झाली? फरक कशात पडलाय नेमका? अच्छा. हं...बरं. हं... हं.(अचानक स्फोट झाल्यासारखी हसायला लागते.) आहे. आशीष! माय पुअर पुअर एक्स हजबंड. फादर ऑफ माय चाईल्ड.(पुन्हा उसळून हसते.) आई, आई गं. ऐकलंस. आशीषची फियान्सी उडून गेली. भुर्रकन्. तिचं लग्न ठरलं आणि ती नवऱ्याबरोबर बंगलोरला चाललीय. कायमची. ओह, माय गॉड! तू चिडू नकोस आशीष. प्लीज एक्सक्यूज मी फॉर धिस नॉन्सेंस, स्टुपिड लाफिंग. बट लेट मी सेलिब्रेट धिस मुमेंट ॲट लिस्ट फॉर अ मिनिट. ती तुला सोडून इतकी तडकाफडकी निघून गेली. अरे, पण तू थांबवलं नाहीस तिला. तुझं प्रेम होतं नं तिच्यावर? संसारही करावासा वाटत होता नं? ए आशीष, अरे, माझी ममी. माझी प्रिय प्रिय आई. तिनं असं माझ्या वडिलांवर प्रेम करून त्यांना असं वाऱ्यावर सोडलं नाही रे. तिनं निष्ठेनं आमचे आई– बाप बनून आम्हांला मोठं केलं. (आई बाहेर येते.) तिचा संबंध काय म्हणून काय विचारतोस? तिची आणि तुझ्या त्या सो कॉल्ड प्रेयसीची बरोबरी करीत होतास नं? म्हणून आठवण करून दिली.

आई : थांब, विद्या ऐक माझं–

विद्या : थांब आई, बोलू दे मला. मग आता विचार काय तुझा? ती सोडून गेली म्हणून मला बोलावतोय? हो, मी शांतपणे बोलतेय आशीष. अगदी डोकं ठिकाणावर आहे माझं.ऐक तू. ऐकून घे. कुणाला बोलावतोयस तू नेमका तुझ्या घरी? हो 'मला' हे समजलं. पण 'मला' म्हणजे कुणाला? अरे आशीष, या पंधरा दिवसांच्या कालावधीत मी कोण होते तुझी? ना धड मी कुमारिका होते ना विधवा. तुझ्याबरोबर राहत नाही म्हणून तुझी बायको नव्हते आणि अजून कायदेशीर घटस्फोट झाला नाही म्हणून बायको होतेही. आशीष मी आरशात स्वत:ला बघितलं की प्रश्न पडायचा रे मला. माझं अस्तित्व काय? कोण आहे मी? अशा परक्या बाईला रात्री– अपरात्री फोन करून तुझ्या घरी राहायला बोलावतोस.

(आई विद्याच्या हातातून रिसीव्हर घेण्याचा प्रयत्न करते. विद्या रागाने तो रिसीव्हर आईच्या हाती देऊन बेडरूममध्ये जाते आणि बेडरुममधील फोनवर पुढे बोलायला लागते.)

जुनं सगळं विसरून जाऊ म्हणतोस? नव्यानं सगळं करूया. जुनं विसरायचं म्हणजे नेमकं काय करायचं? पुसून टाकायचं! पुसायला आधी खरंच तिथं काही होतं असं वाटतं तुला? आशीष. नको. नको. हॅलो. आशीष नको त्या आठवणी काढूस. नाही. मला काहीच आठवत नाही. शपथ. मी विसरले सगळं. (ती इमोशनली कोलॅप्स व्हायला लागते.) विसरले मी तो गंध. (विद्या फोन ऐकताना टेबललॅम्प दिव्याची उघडझाप करते. तिचा श्वासोच्छवासही आता वाढू लागलाय.) नको. नको आठवणी त्या. मी विसरू पाहतेय रे ते रोज. रोज झोपताना मध्येच तुझ्या खरखरीत गालाचा स्पर्श झाल्यासारखा वाटतो. कानामागे तुझे ऊष्ण श्वास सुरू झाल्यासारखे वाटतात. साऱ्या शरीरावर नुसत्या कल्पनेनंच रोमांचाच्या लाटा उसळतात. ओठ तुझ्या ओठांसाठी नुसते आसुसतात. मध्येच तुझा पाय माझ्या पायावर ठेवल्यासारखा वाटतो. मी कूस बदलते तर कुणीच नसते. गादीवरची चादर विस्कटून टाकून घर डोक्यावर घेऊन किंचाळावसं वाटतं. का....का मला असं दूर लोटलंस, आशीष? कल्पनाच भयानक वाटते रे. तुझ्या छातीवर विश्वासानं डोकं टेकवत होते तेव्हा सारी सुखं माझ्या उशाशी आल्यासारखी वाटायची. मध्येच तुझे छातीचे ठोके ऐकायचे तेव्हा माझा कण न् कण तुझ्यात घुसळून एकजीव व्हावंसं वाटायचं. (ती पलंगावर कलंडते. तिला थकल्यासारखे झाले आहे.) आता आठवलं की सगळंच विचित्र वाटतं. तू तुझे तेच श्वास तितक्याच तल्लीनतेनं तिलाही देत असायचास. तुझ्या छातीचे ठोके तिच्याही कानाशी धडकले असणार. तुझ्या नखानं तिच्याही शरीरावर असंख्य ओरखडे उमटले असणार. माझं एकटीचचं असं काहीच नव्हतं त्यांपैकी, याची जाणीवच हादरवून टाकते रे. मी विश्वासानं तुला बिलगल्यावर कीव यायची का रे तुला माझी! प्रेमासाठी मी लाचार वाटायचे का रे आशू? आशू, वॉज आय सो बॅड? सो अग्ली? तू एखाद्या क्षणी तरी हरवला होतास माझ्यात? आशीष, आपल्यावर मनापासून प्रेम करणाऱ्यांना सोडून तुम्ही का दुसऱ्याच्या मागं लागता? व्हाय यू नीड ऑलवेज चेंज? जेवणाची चव बदलावी तशी तुम्हाला शरीराचीही चव बदलावीशी वाटते? हा चवीतला बदल आम्हालाही कधी का नाही अनुभववासा वाटत? माझं अस्तित्व म्हणजे फक्त असंख्य चवीपैकी एक चव एवढंच उरलंय का? ती चवही कालांतरानं बेचव होते. शी! शी! कीव येते रे स्वत:ची. पण आशीष, माझ्या शिक्षणाची, माझ्या नोकरीची, माझ्या बुद्धिसौंदर्याची, माझ्या

समाजातल्या स्थानाची चव, गंध कधी नाही मिसळला का रे माझ्या शरीरात? तुला तो वेगळेपणा कधी जाणवलाच नाही. या बदलाच्या मागे लागता लागता अशी तुला भीती नाही वाटत की कधी तिचा चेहरा ओंजळीत धरल्यावर त्याजागी माझा चेहरा दिसेल? माझा घेतल्यावर तिचा? आशीष, हळूहळू तुला सगळ्याच मुलींचे चेहरे, त्याची नाकं, डोळे, हात– पाय सगळं सारखंच दिसायला लागेल. कदाचित चव, गंधही सारखेच बनतील. थांब, बोलू दे मला, तू रंगांधळा होशील. चवीला चटावलेली तुझी जीभच बेचव होईल. एक लांब भली मोठी कडू पडलेली जीभ आणि बायको, प्रेयसी या सगळ्यांचे सारखे चेहरे. सारखा गंध. आणि चेंजसाठी चडफडत फरफटणारा तुझा देह. माझा गरीब बिचारा जुना नवरा. हो जुना. जुना पुराणा. मोडीत टाकलेला माझ्या मुलीचा बाप. अरे, तुझी ती गीता पानट आयुष्यात आली ती एका परीनं फार बरंच झालं म्हणेन मी. तू किती कच्च्या काळजाचा होतास ते समजलं रे मला. भ्रम नाहीसे झाले. दोघांचेही. माझा तुझ्याबद्दलचा आणि गीता सोडून गेल्यामुळे तुझा स्वत:बद्दलचा. तुला तुझं स्थान कळलं. अरे, मी परत येऊन काय पुन्हा नवी गीता भेटू नये याबद्दल देवाकडे प्रार्थना करत बसू? तू संध्याकाळी ऑफिसमधून उशिरा आलास की लगेच हा कुठे गेला असेल याबद्दल संशयग्रस्त बनू? ओढलेला चेहरा घेऊन आणि डोळ्यांत काळजीचं काजळ घालून सांजसमयी खिडकीच्या गजांवर डोळे लटकावून बसू? रोज रात्री तू घरी येण्यापूर्वी एखाद्या ब्युटीपार्लरमध्ये जाऊन ब्लीचिंग करण्याबरोबरच शरीराची चवही बदलून घेऊ? एवढी रिकामटेकडी नाही रे मी आशीष! माझ्या सोशोलॉजीच्या अभ्यासक्रमानं जेवढं मला शिकवलं नाही तेवढं या पंधरा दिवसांनी शिकवलं. मी आजवर समाजापासून माणसाचा विचार करीत होते, आता मनापासून समाजाच्या रस्त्यापर्यंत पोचले. अरे, आम्ही बायका घटस्फोट या प्रकाराची इतकी भीती ठेवतो, तुमच्या प्रेमप्रकरणांची इतकी धास्ती बाळगतो की त्या दडपणाखाली सगळं सत्त्व झिजून जातं रे! बरं, आमच्यासारख्या शिकलेल्या मुलींची अवस्था तर अगदीच धेडगुजरी. शिक्षणामुळे आलेला आधुनिक दृष्टिकोन तरीही नवऱ्याच्या बाबतीत असलेला हळवेपणा! खरं तर आम्ही ठामपणे निर्णय घ्यायला हवेत आणि म्हणून मी तो घेतला . मी तुझ्याशी कोणत्याही परिस्थितीत घटस्फोट घेणार. आशीष (आई, विनिता पुन्हा बेडरुमध्ये येतात.)

आई : विद्या एवढी घाई करू नकोस. ऐक–

विद्या : हॅलो ऽ हो बोल नं तू. मी कुठं अडवतेय. बोल. अच्छा! हं, बरं. अरे धमक्या देऊ नकोस रे, धमकी देतोय आई. मिनूला तुझ्या घरी येऊ देणार नाही म्हणून. ठेव तुझ्याजवळ ठेव. तुझीही ती मुलगी आहे, काही बिघडत नाही. मी कोर्टात लढेन माझी

मुलगी माझ्याकडे यावी म्हणून. तोपर्यंत सांभाळ तिला नीट! माझ्या मिनूचा विरहही मी सहन करीन दुष्टा, सहन करीन. पण निर्णय बदलणार नाही आता. पुढे–

आई : दे मला दे फोन. विद्या तुझ्या संतापी स्वभावाचं काय करावं कळत नाही. अग, गेली नं ती मुलगी आता त्याच्या आयुष्यातून, मग आता अडचण काय आहे तुझी?

विद्या : का मागे लागलात माझ्या तडजोडीसाठी? आशीष, आई ये, विनी बस, ऐक. एकदाच सांगते. पुन्हा नाही विचारायचं. आशीष एकतोयस ना? आई, मी घटस्फोट घेणार. काडीमोड! कारण आशीष मला झुरत आयुष्य घालवायचं नाही आणि आई मला तुझ्यासारखे दोन संसारही मंजूर नाहीत. एका लेचापेच्या पुरुषाच्या लहरीसाठी हेवेदोवे करीत झिजत आयुष्य नाही घालवणार मी. आय विल नॉट स्पेअर यू आशीष. कुत्र्या, लफंग्या, प्राण्या ओरडू नकोस, माझी मिनू उठेल. गप्प बैस. आई, तो बघ तो काय बोलतोय? नीच! घटस्फोट दे! दे! मिनू ऽ रडू नकोस, मिनूबेटा ऽ ऽ आई, उठली ती (विद्या व्हायोलंट होते. अस्वस्थतेने वेडीवाकडी पळू पाहते. तिच्या हातातला रीसीव्हर खेचण्याचा आई, विनिता प्रयत्न करतात. ती रीसीव्हर नाचवतेय.) आशीष, तू तिला मारतोयस, चिमटे काढतोयस, आशीष, मी तुझा जीव घेईन. मिनू तुझा बाप जंगली. मी आले मिनू. आशीष नको मारू तिला. आई, मी त्याला मारून टाकीन. मिनू ऽ मी त्याला कोर्टात खेचेन, तुला माझ्याकडे आणीन. कशानं मारतोयस तू? अरे, श्वास कोंडतोय तिचा! (ती रीसीव्हर खेचायला लागते. या ओढाताणीत वायर तुटून तिच्या हातात फक्त रीसीव्हर राहतो. तरी ते तिच्या लक्षात आलेलं नाही. फोनवरचा आवाज बंद होतो म्हणून ती घाबरून जाते.) आई, आई ऽ ऽ आवाज बंद! मिनूचा श्वास– (आई शांतपणे फोनची तुटलेली वायर तिच्यासमोर धरते. ती एकदा संपर्क तुटलेल्या फोनकडे बघते आणि एकदा रिसीव्हरकडे. आई आणि विनिता तिच्याजवळ येतानाच– पडदा)

◆ ◆ ◆